初級
越南語會話

TIẾNG VIỆT HỘI THOẠI SƠ CẤP

A1-A2

黎氏仁〈Lê Thị Nhâm〉編著

　　東南亞的經濟體在 21 世紀初已成為世界上增長最快的經濟體之一。2008 年經歷了全球金融海嘯的慘痛教訓後，該地區各國為了爭取更多的外貿機會，開始轉變在製造業生產的網絡，尤其是越南的發展狀況，更令人刮目相看。在外資企業持續投資製造業的情況下，越南的經濟成長率持續攀升，並且在出口總額中，電子產業已超越紡織業，顯示出口部門的產業結構轉變。東南亞經濟體也在過去五年中呈現出驚人的增長，其 GDP 總和相當於世界第五大經濟體。

　　臺灣與越南雖然沒有正式的外交關係，但是兩國在經貿、投資、教育、社會的交流上至為緊密。其中因婚姻移民來臺的越南籍配偶已達數萬人之多，跨國婚姻新生兒出生人數逐年攀升，所謂新住民的第二代尤屬越南最多，從國小到大學學生人數高達數十萬人，是不容小覷的族群。

　　根據文化人類學家的觀點，語言作為文化的重要元素，不僅影響著一個人的思維方式和對生活世界的感知，更會影響一個人跨文化的交流能力。近代以來，語言更是文化的具體表現，透過語言的學習，不僅可以體會自己文化的內涵，同時也是跨文化認知和相互理解的有效管道。

　　國立政治大學因應全球發展的趨勢，於 2017 年創立東南亞語言與文化學士學位學程，首先以越南語組為起始，將語言學習作為核心，以文化社會專業知識作為輔助，並以加強東南亞區域整體發展的概念為課程設計方向。在各位教師的努力下，將依序出版《初級越南語》、《中級越南語》、《高級越南語》三本教科書，以及搭配的三本《初級越南語會話》、《中級越南語會話》、《高級越南語會話》，提供學生與社會有興趣學習越南語的人士運用。內容豐富，系統完整。雖然不盡完美，還請有識先進不吝指教。

國立政治大學

東南亞語言與文化學士學位學程主任

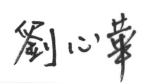

　　《初級越南語會話》是為國立政治大學東南亞語言與文化學士學位學程越語組一年級學生所編寫的教材。本書依照 iVPT（International Vietnamese Proficiency Test，國際越南語能力認證檢定）〈初級〉，以及 CEFR（Common European Framework of Reference for Language，歐洲語言共同參考架構）A1、A2 等級之程度編纂內容。本書共 18 課，教學約 2 學期，共 144 節課，288 小時。

　　《初級越南語會話》透過實際生活中的對話，例如：打招呼、結識朋友、訂餐、購物、習慣與喜好……，並介紹日常溝通用字與文法。每一課皆著重 7 項重點技能，分別為「發音」、「詞彙」、「文法」、「聽」、「說」、「讀」、「寫」。除此之外，各課不同的主題，還能讓學生得以認識越南文化、越南人民及其生活。

　　本書乃為臺灣主修越南語的學生量身打造，採取專業又不落俗套的外語教學方式編寫，無非是希望這本書有助於越語教學者「好教學」，與越語學習者「好學習」。在編寫的過程中，受到許多東南亞學程老師與學生的幫助以及熱情的意見回饋，使得本書內容更加提升，更加適合學習，在此致上謝意。

　　雖然編著者已傾力編寫，但想必仍有若干待改進之處，歡迎各界先進以及學生們提供意見回饋，讓本書更加完善。

　　再次感謝國立政治大學、外語學院、東南亞學程的長官們以及莘莘學子們使我的教學得以更加精進並促使我完成本書。

國立政治大學

黎氏仁

Lê Thị Nhâm

　　《初級越南語會話》透過越南文化特色，利用聽、說、讀、寫4項學習方式，帶領學習者加強會話技巧、學習實用語法、熟悉口語表達之詞彙。本書亦強調發音、句型練習，引導學習者運用簡短對話討論各種主題。學習者將透過以下步驟，建立越南語基礎：

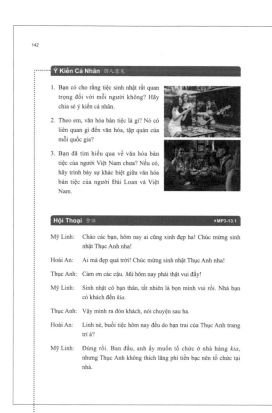

個人意見

- 此部分主要是為了活化學習者的思考。
- 透過討論與回答問題，學習者可掌握該課課程的主題。

會話

- 每一課皆有1～3篇貼近越南實際生活的會話主題及對話內容。
- 透過該主題及內容，可認識越南文化及相關知識。
- 另有針對會話內容的問答題，讓學習者練習用越南語表達想法。

生詞

- 列出會話中出現的生詞，並有中文翻譯輔助理解。
- 可增加日常對話的詞彙量，並理解諺語、格言等傳統說法。
- 可辨別南北越詞彙，並認識純越南語、漢越語、外來語及混合越南語。

文法

- 整理出會話中出現的各項文法，並有詳細解說及例句、中文翻譯。
- 可深入學習疑問詞（à，gì，nào...）、介詞（của, ở, tại...）、量詞（người, đứa, kẻ...）、助詞（đấy, thế, nhé, ừ）、情態動詞（muốn, có thể, cần, phải, nên）、感嘆詞（ơi）、語氣詞（cơ / kia）、比較副詞（bằng, hơn, nhất）等用法。

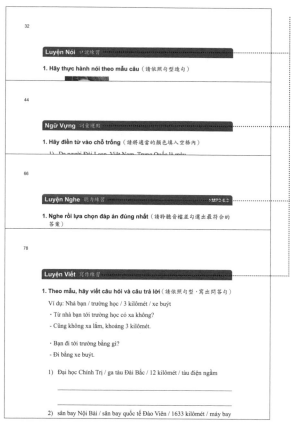

實作練習

- 每一課皆有4項實作練習，協助學習者自行檢測學習成果。
- 口說練習：應用所學到的詞彙、語法，使用適當的語調，利用完整的句子，練習表達感受及想法。
- 詞彙運用：透過替代練習，一舉掌握詞彙，熟悉句型。
- 聽力練習：透過聆聽音檔中的句子及對話，提升辨別音調、理解內容、掌握主題的能力。
- 寫作練習：利用所學的基礎詞彙與語法，練習完成句子、撰寫長句、短文及文化報告，例如自我介紹、旅遊經驗等。

練習題解答 QR Code

掃描封面QR Code，還能下載全書練習題解答及聽力練習文本，隨時自行檢視學習程度。

音檔 QR Code

掃描封面QR Code，即可下載標準北方口音（河內）及標準南方口音（胡志明市）音檔。跟著練習，不僅可加強「聽」與「說」的能力，更能學習兩種不同的越南語口音。

目次

Bài 1

Chào Hỏi
———
問候

1.1 Ở lớp học（在教室）

Sinh viên: *Chào* cô giáo.

Giáo viên: *Chào* các em.

Sinh viên: Cô *có* khỏe *không*?

Giáo viên: Cô khỏe. Cám ơn các em.

1.2 Hai người gặp nhau lần đầu（兩個人初次見面）

Hoa: *Chào* chị. Xin lỗi, chị tên là gì?

Việt: Tên chị *là* Việt.

Hoa: Tên tôi *là* Hoa.

Việt: Rất vui được quen chị.

1.3 Gặp bạn học（遇見同學）

Nam: *Chào* Loan. Bạn *có* khỏe *không*?

Loan: *Chào* Nam. Mình khỏe. Còn bạn?

Nam: Mình bình thường. Cám ơn bạn.

Từ mới 生詞 ▶MP3-1.2

chào	您好	là gì	什麼
cô giáo	女老師	rất	很
các em	各位同學	vui	開心
khỏe	好（身體健康）	được	可以；得
có ... không	有……嗎	quen	認識
anh	你；哥哥	mình	我；自己
chị	你；姐姐	còn	還有
xin lỗi	對不起；不好意思	bạn	你
tên	名字	bình thường	平常；還好

Ngữ Pháp 文法

1. 基本的人稱代詞

人稱	單數	複數
I	tôi 我	chúng tôi 我們（只包含說話者，不包含聽者） chúng ta 我們（包含聽者和說話者）
II	em: (1) 晚輩對長輩的自稱，如學生對老師會稱自己為 em，弟弟妹妹對哥哥姐姐也稱自己為 em。 (2) 長輩對晚輩，如老師對學生或是哥哥姐姐對弟妹的稱呼。	các em 各位弟妹 chúng em 弟妹們
	anh 我、哥哥、你（男性）	các anh 各位哥哥
	chị 我、姐姐、妳（女性）	các chị 各位姐姐
	bạn 你、朋友（中性）	các bạn 各位朋友
	cô 妳、姑姑、小姐、女老師（女性）	các cô 老師們、各位小姐
	ông 你、先生、爺爺、外公（男性）	các ông 各位先生
	bà 妳、女士、老太太、奶奶、外婆（女性）	các bà 各位女士

備註：越南語中「稱呼第三人的代詞」，只要在後面加上「ấy」即可。

2. 運用詞彙「**chào**」（你好、再見），見面與道別皆可使用

> (xin) chào + 第二人稱代詞 / 名字

例如　　chào cô / chào anh / chào chị / chào em / chào Mai / chào Ngọc / chào Tuấn ...

文化記錄　「chào」隨時都可以用，甚至在問候或道別時都可以使用。為了表達尊重，越南人會說「xin chào」。

3. 連接詞「**là**」（是）之運用

> 主語 + là + 名詞 / 名字

例如　・Tôi là sinh viên. 我是學生。

　　　・Tôi là Minh. 我是阿明。

4. có ... không?：為「是否問句」，類似中文的「有……嗎？」。回答時以自己狀況選擇肯定或否定句子。

> 主語 + có + 動詞 / 形容詞 + không?
> **- Có,** 主語 + 動詞 / 形容詞
> **- Không,** 主語 + không + 動詞 / 形容詞

例如　・Dạo này anh có khỏe không? 你最近好嗎？

　　　- Không, tôi không khỏe. 不，我不好。

　　　・Hôm nay, anh có đi làm không? 今天你有去上班嗎？

　　　- Có, tôi có đi làm. 有，我有去上班。

　　　・Hôm nay, chị ấy có bận không? 今天她很忙嗎？

　　　- Không, hôm nay chị ấy rảnh. 不，她今天有空。

Luyện Nói 口說練習

1. Thay thế（替換）

- Chào <u>cô</u>. <u>Cô</u> có khỏe không?

- <u>Cô</u> khỏe. Cám ơn <u>các em</u>.

thầy - các bạn	bà - cháu	anh - em
mẹ - con	Vân - Hà	Ngọc - Nam

2. Hai người một cặp, hãy hoàn thành đoạn hội thoại ngắn sau đây（兩人一組，完成對話）

Nam: Chào_____Bạn có khỏe không?

Loan: Chào_____ . Mình khỏe. Còn_____?

Nam: _____cũng khỏe. Rất vui được_____Loan.

Loan: Mình cũng rất vui____Nam.

Luyện Nghe 聽力練習 ▶MP3-1.3

1. Nghe rồi đánh dấu thanh điệu vào các từ bên dưới（請聆聽音檔並標出正確的聲調）

anh	cô	cac ông	cac cô	cô giao
chi	em	cac ba	cac em	thây giao
khoe	mêt	binh thương	cam ơn	vân

Luyện Viết 寫作練習

1. Hãy sắp xếp lại các từ bên dưới thành một câu hoàn chỉnh （請將 單字重新排列出正確的句子）

1) tôi / khỏe / không → _____

2) bình thường / chúng ta / vẫn → _____

3) các bà / chào / cháu → _____

4) khỏe / rất / các em → _____

5) vui / chị / quen / được / rất → _____

2. Hãy sử dụng cấu trúc "có ... không" để chuyển đổi các câu sau đây thành câu nghi vấn （請用文法結構「**có ... không**」，將下列句 子改寫成疑問句）

1) Mẹ em khỏe. → _____

2) Cô giáo khỏe. → _____

3) Em Bình khỏe. → _____

4) Hạnh vui. → _____

3. Viết chính tả （聽寫）

Mai: Chào bà. Bà có khỏe không?

Bà: Chào Mai. Bà vẫn khỏe. Cháu khỏe không?

Mai: Cháu cũng khỏe. Cảm ơn bà.

諺語 **Tục ngữ: Lời chào cao hơn mâm cỗ**

Lời chào：問候的話語，在此句代表禮貌、禮儀和良好的態度。

Mâm cỗ：宴席，在此代表物質生活。

Lời chào cao hơn mâm cỗ：代表越南人看重禮貌、禮儀和態度勝過物質生活上
的吃喝等等。

Bài 2

Làm Quen

認識

2.1 Cuộc hội thoại giữa Ngọc và Mai
（玉跟梅之間的對話）

Ngọc:　Chào bạn. Xin lỗi, bạn tên là *gì*?

Mai:　Mình tên là Mai. Còn bạn?

Ngọc:　Mình tên là Ngọc.

2.2 Cuộc hội thoại giữa 3 người Minh, Mỹ và Lâm（明、美及林 3 人之間的對話）

Minh:　Chào anh Mỹ. Anh khỏe không?

Mỹ:　Chào Minh. Mình khỏe. Còn anh?

Minh:　Tôi khỏe. *Xin* giới thiệu với anh: *Đây* là Lâm, bạn *của* tôi.

Mỹ:　Chào Lâm. Rất vui được gặp em.

Lâm:　Chào anh Mỹ. Em cũng rất vui được làm quen với anh ạ.

Minh:　Anh Mỹ là đồng nghiệp của anh.

Lâm:　Anh ấy trông rất thân thiện.

Từ Mới 生詞 ▶MP3-2.2

làm quen	認識	đây là	這是
xin	請	của	的
giới thiệu	介紹	trông	看起來
với	跟；和	thân thiện	友善

Ngữ Pháp 文法

1. của：「的」，介詞，用於表示對人事物所有、所屬的關係。

> 例如　　　·Bút của tôi. 我的筆。
>
> ·Sách của tôi. 我的書。

2. gì：「什麼」，疑問代詞，用於詢問是人事物。

> 例如　　　·Tên anh là gì? 你叫什麼名字？
>
> - Tên anh là Minh. 我的名字是阿明。
>
> ·Tên cô ấy là gì? 她叫什麼名字。
>
> - Cô ấy tên là Anna. 她的名字是安娜。

3. 指定形容詞：**này / kia / đó / đấy / ấy**

名詞 **+** 指定形容詞 **(này / kia / đó / đấy / ấy)**

- **này**：「這」，用來表示離說話者較近的人事物。

·Cái áo dài này đẹp. 這件奧黛好看。

·Cô gái đó là người Việt Nam. 那個女生是越南人。

- **kia**：「那」，用來表示離說話者及聽者較遠的人事物。

·Cô kia đẹp. 那個小姐漂亮。

·Con chó kia dễ thương. 那隻小狗可愛。

- **đó / đấy / ấy**：「那」，用來表示不在對話現場的人事物。

·Người ấy là bạn của mẹ tôi. 那個人是我媽媽的朋友。

·Nơi đấy có rất nhiều kỷ niệm đẹp. 那個地方有很多好的回憶。

4. 禮貌用語：**xin, ạ**

- 想要表達對前輩或長輩的禮貌與尊重時，可以在句尾加上「ạ」。

- 想要表達對其他人的禮貌與尊重時，可以在句首加上「xin」。

例如

‧Chào cô ạ. 老師您好。

‧Rất vui được gặp anh ạ. 很高興見到您。

‧Xin hỏi, tên anh là gì? 請問你叫什麼名字？

‧Xin cảm ơn! 感謝！

5. 簡單自我介紹

> **Xin tự giới thiệu: Tôi là ....**
> 向你自我介紹一下，我是……

例如

‧Xin tự giới thiệu, tôi là Ngọc Mai.
向你自我介紹一下，我是玉梅。

‧Xin tự giới thiệu, tôi là mẹ của Ngọc Mai.
向你自我介紹一下，我是玉梅的媽媽。

Luyện Nói 口說練習

1. Hãy sử dụng các từ trong ngoặc đơn để trả lời câu hỏi
（請用括號中的詞語回答問題並口說練習）

1) Tên em là gì?

    _____ (Minh Tuyết)

2) Xin hỏi, cô ấy tên là gì?

    _____ (Thu Minh)

3) Xin tự giới thiệu: Tôi là _____ (giáo viên)

4) Xin giới thiệu với cô: Đây là _____,

    bạn em.(Phan Thành)

Luyện Nghe 聽力練習   ▶MP3-2.3

**1. Hãy nghe rồi đánh dấu thanh điệu vào các từ trong các câu sau
đây**（請聆聽音檔並標出正確的聲調）

- Tên tôi la Khanh Phương.

- Xin tư giơi thiêu: Tôi la An, Nguyên Thuy An.

- Xin giơi thiêu vơi cô: Đây la Tu Châu, ban em.

- Chao thây. Em rât vui đươc găp thây.

- Tên cô ây la gi? Tên cô ây la Ha Vy.

2. Hãy nghe rồi lựa chọn đáp án đúng nhất（請聆聽音檔並勾選最符合
的答案）

1) _____

    ☐ A. Em tên là Ngọc.

    ☐ B. Xin chào!

    ☐ C. Em là người Đài Loan.

2) _____

☐ A. Tôi tên là Minh.

☐ B. Tôi khỏe. Cám ơn.

☐ C. Xin lỗi.

3) _____

☐ A. Tôi là Minh.

☐ B. Tôi khỏe. Cám ơn.

☐ C. Tôi cũng rất vui được gặp ông!

4) _____

☐ A. Quyển sách ấy là từ điển.

☐ B. Quyển sách này là từ điển.

☐ C. Quyển sách kia là từ điển.

Luyện Viết 寫作練習

1. Hãy điền từ vào chỗ trống（填空）

1)

Vân: Chào chị. Xin lỗi, _____ chị là gì ạ?

Hà: Chào em. _____ là Hà. Còn em?

Vân: Em tên là Vân. _____ được quen biết chị.

Hà: Chị _____ được quen biết em.

2)

Cô Hà: Chào _____. Các em có khỏe không?

Phương: Dạ, chúng em khỏe. Em _____ với cô: _____ là
         Tuấn và Toàn, bạn em.

Cô Hà: Chào Tuấn và Toàn.

Tuấn: Chào cô Hà.

Toàn: Chào cô Hà ạ. Chúng em _____ được biết cô.

2. Hãy sắp xếp các từ sau đây lại thành các câu đúng（請將單字重新排列為正確的句子）

1) là / tôi / tên / Gia Tâm →_____

2) cô giáo / đây là / tôi / của →_____

3) Thành / anh / khỏe / cũng →_____

4) tự / giới thiệu / xin / là / tôi / Ngọc Minh →_____

3. Hãy chuẩn bị một đoạn hội thoại ngắn để giới thiệu về bạn của em
（請準備一則介紹您的朋友的簡短對話）

Tục ngữ: Hữu xạ tự nhiên hương
諺語：有麝自然香

Bài 3

Gọi Món
點餐

Hội Thoại 會話　▶MP3-3.1

Kiên và Thành đến quán ăn Việt Nam tại Đài Bắc（堅和成到臺北的越南餐廳）

Kiên:　　　Chà! Quán ăn này có nhiều khách quá.

Thành:　　Đài Bắc có rất nhiều quán ăn Việt Nam ngon lắm.

Kiên:　　　Bạn đã ăn món ngon của Việt Nam *bao giờ chưa*?

Thành:　　*Rồi*, tớ đã ăn bánh mì Việt Nam *rồi*.

Kiên:　　　Bạn có *muốn* ăn bún bò Huế không?

Thành:　　Bún bò Huế có ngon không?

Kiên:　　　Bún bò Huế là linh hồn ẩm thực của cố đô Huế, rất ngon. Ở đây còn có bánh xèo, gỏi cuốn, bò kho, bún thịt nướng, hủ tiếu ... món nào cũng ngon.

Thành:　　*Thích* thế! Cậu gọi đồ ăn *đi*.

Kiên:　　　Em ơi! *Cho* anh hai tô bún bò Huế, 1 dĩa bánh xèo, 1 dĩa gỏi cuốn và 2 ly bia Sài Gòn.

Nhân viên:　Vâng ạ. Quý khách vui lòng chờ chúng tôi một chút.

Từ Mới 生詞			▶MP3-3.2
quán ăn	餐館	gỏi cuốn	越南春捲
nhiều	多	bò kho	越式紅燒牛肉
khách	客戶	bún thịt nướng	越式烤肉米線
ngon	好吃	hủ tiếu	粿條
bao giờ chưa	了嗎；了沒	tô	大碗
bánh mì	麵包	cho	給
bún bò Huế	順化牛肉米線	cốc / ly	杯子
linh hồn	靈魂	quý khách	客人；顧客
ẩm thực	美食	vui lòng chờ	請稍等
cố đô	古都	đĩa / dĩa	碟；盤子
bánh xèo	越南煎餅	một chút	一點

Ngữ Pháp 文法

1. 運用「**muốn**」（想要）與「**cần**」（需要），表達想要進行的行為。

> 主詞 **+ muốn / cần +** 動詞 **/** 形容詞

例句
- ·Tôi muốn gọi 1 tô phở bò. 我想要叫一碗大的牛肉河粉。
- ·Cô ấy cần ăn no. 她需要吃飽。

- 越語的「cần」相當於英文的「to need」，通常會放在名詞前面。

例句
- ·Tôi cần một cái muỗng (thìa). 我想要一個湯匙。
- ·Anh ấy cần một đôi đũa. 他需要一雙筷子。

2. 動詞 **cho**：「給」，行為者的授與動作。

> **cho +** 受詞 **+** 名詞

例句
- ·Cho tôi xem thực đơn. 給我看菜單。
- ·Cho tôi một ly cà phê sữa đá. 給我一杯冰奶咖啡。

3. 動詞 **thích**：「喜歡」，經常使用於說明嗜好。此動詞可放在動詞或名詞前面。

例句
- ·Tôi thích cơm mẹ nấu. 我喜歡媽媽煮的菜。
- ·Tôi thích đồ ăn chua, còn em trai thích đồ ngọt.
  我喜歡吃酸的，而我弟弟喜歡吃甜的。

4. 詞彙運用：**đi**

> **đi +** 動詞（去……）

> 動詞 **+ đi**（……吧）

- 「đi」（去），放在動詞前面，表達要進行的行為。

例句　　　・Tôi đi mua một tô cháo hải sản. 我去買一碗海鮮粥。

- 「đi」放在句尾，常用於口語，相當於中文「吧」，用於要求某人盡快做某事。

例句　　　・Đói rồi. Chúng ta đi ăn đi. 餓了。我們去吃飯吧。

5. 詢問某人過去是否曾做過某件事。

> **... đã ... bao giờ chưa?**
> 或 **... đã bao giờ ... chưa?**
> （……做過……嗎？）
> **- Rồi, ...** 動詞 / 形容詞 **+** 數字 **+ lần (rồi).**
> （有過，……幾次（了）。）
> 或 **- Chưa, ... chưa +** 動詞 / 形容詞 **... bao giờ.**
> 或 **- Chưa, ... chưa +** 動詞 / 形容詞 **... lần nào.**
> （還沒，我不曾……。）

例句　　　・Bạn đã bao giờ ăn gỏi cuốn Việt Nam chưa?
　　　　　你吃過越南春捲了嗎？

　　　　　- Rồi, mình ăn 2 lần rồi. 吃過，我吃過兩次了。

　　　　　・Em đã ăn chè thập cẩm bao giờ chưa?
　　　　　你吃過綜合摩摩喳喳了沒？

　　　　　- Chưa, em chưa ăn bao giờ. 還沒，我還沒吃過。

　　　　　・Anh đã bao giờ uống trà đá Việt Nam chưa?
　　　　　你喝過越南冰茶了嗎？

　　　　　- Chưa, mình chưa uống lần nào. 還沒，我還沒喝過。

6. 代名詞 **mình**：「自己」，「**tôi**」的代名詞。

例句　　　・Tôi không thích nói về mình. 我不喜歡談論我自己。

　　　　　・Cô ấy thấy mình có lỗi với gia đình. 她覺得對不起她的家庭。

Luyện Nói 口說練習

1. Hãy thực hành nói theo mẫu câu（請依照句型造句）

tô phở bò

→ Quý khách muốn dùng gì ạ?

- Cho tôi một tô phở bò.

dĩa gỏi cuốn

ổ bánh mì thịt

phần bún chả

cái bánh xèo

dĩa chả giò (nem rán)

tô canh cá chua

dĩa chạo tôm

tô bún bò Huế

Luyện Nghe 聽力練習   ▶MP3-3.3

1. Hãy nghe và chọn từ để điền vào chỗ trống（請聆聽並選出適當的單
字填入空格）

1) Nhiều món ngon _____ chưa ăn bao giờ.

☐ A. tôi   ☐ B. mình   ☐ C. Lan   ☐ D. Mai

2) Tôi thích ăn _____.

☐ A. bánh mì   ☐ B. phở gà   ☐ C. phở bò   ☐ D. bún riêu

3) Đồ ăn thật _____!

☐ A. ngon   ☐ B. tuyệt vời   ☐ C. dở   ☐ D. tồi

4) Nem rán hay còn gọi là _____ đấy.

☐ A. gỏi cuốn   ☐ B. bún chả   ☐ C. chạo tôm   ☐ D. chả giò

5) Anh muốn gọi gì?

   – Tôi muốn gọi _____.

☐ A. gỏi cuốn   ☐ B. phở   ☐ C. chả giò   ☐ D. hủ tiếu

Ngữ Vựng 詞彙運用

1. Hãy điền từ thích hợp vào chỗ trống （請將合適的單詞填入空格）

đói	chưa	ăn đi	thích	cho tôi	bao giờ chưa

Việt: Tôi _____ rồi. Chúng ta đi _____!

Nam: Tôi _____ các món ăn Việt Nam.

Việt: Bạn đã ăn hủ tiếu _____?

Nam: Tôi _____ ăn bao giờ.

Việt: Chủ quán ơi! _____ hai tô hủ tiếu.

Luyện Viết 寫作練習

1. Hãy viết câu hỏi cho các câu trả lời sau đây（請寫出以下回答的問題）

1) _____

Cho chúng tôi 2 ly bia và 2 dĩa (đĩa) chạo tôm.

2) _____

Tôi chưa ăn bánh xèo bao giờ.

3) _____

Ở đây có bán bún chả.

4) _____

Chồng rủ tôi đi ăn món bún bò Huế.

2. Hãy viết câu trả lời cho các câu sau đây（請回答下列問題）

1) Em đã thưởng thức ẩm thực Việt Nam bao giờ chưa?

_____

2) Hãy kể ra những món ăn Việt Nam mà bạn đã từng ăn.

_____

3) Bạn có thích món ăn Việt Nam không? Tại sao?

_____

Quán ăn ven đường

Tục ngữ:"Ăn quả nhớ kẻ trồng cây"
諺語：吃果子拜樹頭

Mua Sắm

購物

Tại một tiệm bán quần áo（在一間服飾店）

Cô bán hàng:	Tôi có thể giúp được gì cho chị? Cửa tiệm chúng tôi có rất nhiều váy áo mới, đẹp và thời trang.
Kim Ngọc:	Tôi muốn xem chiếc áo thun kia.
Cô bán hàng:	Ở đây có màu trắng, đen, vàng và xanh. Chị thích *màu gì* ạ?
Kim Ngọc:	Tôi thích cái màu trắng kia. Tôi *mặc thử*, được không?
Cô bán hàng:	Dạ được. Phòng *thử* đồ ở đằng kia.
Kim Ngọc:	Chiếc áo này đẹp nhưng chật quá. Có cỡ rộng hơn không?
Cô bán hàng:	*Hay là* chị *thử* chiếc áo size L xem.
Kim Ngọc:	Size L rất vừa và đẹp. *Nhiêu* tiền?
Cô bán hàng:	Hai trăm ngàn ạ.
Kim Ngọc:	Hai trăm ngàn thì mắc quá. Bớt cho tôi một chút xíu nha?
Cô bán hàng:	Đây là hàng mới, chị ạ. Em bớt không được đâu.
Kim Ngọc:	Một trăm năm mươi ngàn nha?
Cô bán hàng:	Xin lỗi chị! Em bán đúng giá, không mặc cả ạ.

Từ Mới 生詞 ▶MP3-4.2

giúp	幫忙	xanh	綠色；藍色
cửa tiệm	店	mặc thử	試穿
váy	裙子	phòng	房間
áo	上衣	chật	緊
mới	新	cỡ	尺寸（size）
đẹp	漂亮	rộng	寬
thời trang	時尚	vừa	剛剛好
áo thun	T恤	mắc	貴
màu	顏色	rẻ	便宜
trắng	白色	bớt	減少
đen	黑色	đúng giá	固定價格
vàng	黃色		

Ngữ Pháp 文法

1. 表達選擇「**hay / hoặc**」（或者）。「**hay**」可用在陳述句與疑問句中，而「**hoặc**」只能用於陳述句。

例句 ▶ · Anh uống cà phê hay trà? 你要喝咖啡或茶？

- Tôi muốn uống trà. 我要喝茶。

· Cô ấy muốn chọn cái áo màu xanh hoặc vàng.
她想選綠色或黃色的上衣。

2. 動詞「**thử**」（試）

```
thử + 動詞
（動詞 + thử）
```

例句 ▶ · Đồ cho khách ăn thử. 給客戶試吃的東西。

· Cô ấy mặc thử váy cưới. 她試穿婚紗。

3. 動詞：

- mặc, đeo, đội, mang, đi（穿／戴）
- cởi 和 tháo（脫）

例句 ▶ · mặc: mặc quần áo 穿衣服

· đeo: đeo kính 戴眼鏡；đeo đồng hồ 戴手錶；
đeo nhẫn 戴戒指

· đội: đội mũ (nón) 戴帽子

· mang / đi: mang giày / đi giày 穿鞋子；
mang tất / đi tất / mang vớ 穿襪子

· cởi: cởi quần áo 脫衣服；cởi tất 脫襪子

· tháo: tháo mũ (nón) bảo hiểm 脫安全帽；tháo kính 脫眼鏡

4. 疑問句：**giá thế nào**（價錢如何），**nhiêu tiền**（多少錢）

　　· Cái này giá thế nào? 這個怎麼賣？

　　- Cái này bán giá 200 ngàn đồng. 這個賣 200,000 越盾。

　　· Chiếc nón bảo hiểm này nhiêu tiền? 這頂安全帽多少錢？

　　- Chiếc nón bảo hiểm này 300 ngàn. 這頂安全帽 300,000 越盾。

5. 詢問顏色

> 主語 **+ màu gì?**
> - 主語 **+** 顏色名稱

例句　　· Căn nhà này màu gì? 這棟房子是什麼顏色？

　　- Căn nhà này màu xanh da trời. 這棟房子是天藍色。

　　· Điện thoại đó màu gì? 那支手機是什麼顏色？

　　- Điện thoại đó màu đen. 那支手機是黑色。

6. 色彩形容詞

請正確朗讀以下單字：

tiếng Việt	中文名稱	tiếng Việt	中文名稱
màu đen	黑色	màu hồng	粉紅
màu đỏ	紅色	màu da cam	橙色
nâu đen	棕褐色	màu trắng	白色
xanh nhạt	淺綠	màu xanh lơ	青色
xanh đậm	深綠	màu bạc	銀色
màu xanh	綠色；藍色	màu đen	黑色
xanh lá cây	綠色	màu tím	紫色
xanh da trời	藍色	màu xám	灰色

7. 服裝名稱

請正確朗讀以下單字：

tiếng Việt	中文名稱	tiếng Việt	中文名稱
áo khoác	外套	đồ lót / nội y	內衣
áo thun áo phông	T恤	quần	褲子
com lê	西裝	tất / vớ	襪子
đồ thể thao	運動衣	đồng phục	制服
váy	裙子	áo sơ-mi	襯衫
váy ngắn	短裙	cà vạt	領帶
đồ bơi	泳衣	quần áo nữ	女裝
áo len	毛衣	trang phục	服裝

8. 常用句子：

Mắc quá. Rẻ một chút đi!　太貴了。便宜一點吧！

Mắc thế. Bớt một chút đi!　那麼貴。減一點吧！

Giảm giá đi!　打折吧！

Có cỡ (size) khác không?　有其他尺寸嗎？

Có màu (mầu) khác không?　有其他顏色嗎？

Tôi thích cái màu xanh kia.　我喜歡那個綠色的。

Bán đúng giá, không mặc cả.　固定價格，不討價還價。

Luyện Nói 口說練習

1. Hãy nhìn vào tranh và thực hành nói theo mẫu（請看圖並參考範例
完成句子）

Ví dụ: cô ấy / quần jean màu xanh / kính màu đỏ /
vòng tay màu đen

→ Cô ấy mặc quần jean màu xanh, đeo kính màu đỏ
và vòng tay màu đen.

1) cô gái ấy / váy màu đỏ / vớ màu đen / nón màu
    cam

2) cô bé / đồ bơi / nón màu vàng / kính màu đen

3) anh ấy / com lê màu đen / cà vạt màu xanh

4) cậu bé / quần jean / giày màu vàng / mũ màu nâu

Ngữ Vựng 詞彙運用

1. Hãy điền từ vào chỗ trống（請將適當的顏色填入空格內）

1) Da người Đài Loan, Việt Nam, Trung Quốc là màu _____.

2) Mắt người châu Âu màu _____ hoặc _____.

3) Quốc kỳ Đài Loan có ba màu: màu _____, màu _____ và màu _____.

4) Quốc kỳ Việt Nam có hai màu: màu _____ và màu _____.

5) Hoa cúc có màu _____.

6) Đồng phục của học sinh Việt Nam thường là màu _____.

2. Hãy lựa chọn đáp án đúng nhất để điền vào chỗ trống（請將適當的單字填入空格內）

1) Vào mùa đông, _____ vớ để giữ ấm cho cơ thể.

☐ A. đeo   ☐ B. đội   ☐ C. mang   ☐ D. mặc

2) Xin lỗi, anh chọn áo mầu xanh _____ mầu đỏ?

☐ A. hay   ☐ B. và   ☐ C. hoặc   ☐ D. với

3) Ở Huế, học sinh nữ thường mặc _____ truyền thống đến trường.

☐ A. quần áo   ☐ B. áo dài   ☐ C. váy   ☐ D. đồng phục

4) Mắc quá! _____.

- Xin lỗi. Chúng tôi bán đúng giá, không mặc cả.

☐ A. không mua   ☐ B. giảm giá đi

☐ C. đi chỗ khác   ☐ D. mua đi

5) Một kí chanh _____ ạ?

- 10 ngàn một kí chanh.

☐ A. có rẻ không   ☐ B. nhiêu tiền

☐ C. rẻ, phải không   ☐ D. nặng bao nhiêu

6) Cô ấy rất mập. Cỡ này _____ quá! Có size khác không?

  □ A. đẹp   □ B. vừa   □ C. chật   □ D. to

3. Hãy viết thêm những từ cùng loại với các từ sau đây（寫出與下列 單字相關的詞語）

1) màu: _____

_____

2) quần áo: _____

_____

Luyện Nghe 聽力練習   ▶MP3-4.3

1. Hãy nghe rồi sắp xếp lại thứ tự của đoạn hội thoại（請聆聽音檔並 將以下句子排列出正確的順序）

1) □ Chị ơi, giá thế nào?

2) □ Không được đâu. Tôi bán đúng giá, không mặc cả.

3) □ Chị ơi! Cho em xem cái váy màu hồng kia.

4) □ 200 ngàn, em nhé.

5) □ Của em đây.

6) □ Mắc thế. Chị giảm giá đi ạ.

7) □ Cảm ơn chị.

Luyện Viết 寫作練習

1. **Viết câu hỏi cho các cụm từ được gạch chân sau đây**（請用劃線的片語造出相應的問句）

    1) _____

       Tôi muốn xem chiếc xe hơi <u>màu xanh lá cây</u>.

    2) _____

       Tôi muốn mua chiếc <u>váy màu tím</u>.

    3) _____

       Mẹ tôi mang <u>giày cỡ 36</u>.

    4) _____

       Được. Mời em vào <u>phòng thử quần áo</u>.

    5) _____

       35 ngàn <u>một kí cam</u>.

    6) _____

       Minh Anh thích <u>mặc quần jeans</u> và <u>đi giày thể thao</u>.

2. **Bài tập đánh máy: Hãy viết một đoạn hội thoại ngắn nói về kinh nghiệm đi mua sắm của bạn**（打字練習：寫出一段關於你的購物經驗的簡短對話）

   ┌───┐
   │ **Tục ngữ: "Thuận mua vừa bán", "Của rẻ là của ôi"** │
   │   諺語：「銀貨兩訖」、「便宜無好貨」   │
   └───┘

Bài 5

Thói Quen
và Sở Thích

習慣與嗜好

Hội Thoại 會話　　　▶MP3-5.1

Hùng Phong:　Bạn thường dậy sớm à?

Thiên Nga:　Mình có *thói quen* dậy sớm để tập thể dục.

Hùng Phong:　Ngày nào cũng vậy à?

Thiên Nga:　*Ừ.* Mình thường thức dậy lúc 6 giờ sáng, tập thể dục rồi tắm, ăn sáng, sau đó học bài. Còn bạn?

Hùng Phong:　Mình có thói quen xấu là thức khuya, dậy muộn (hihi).

Thiên Nga:　Nếu là thói quen xấu thì bạn nên thay đổi để tốt cho sức khỏe.

Hùng Phong:　*Ừ,* mình sẽ cố gắng. Bạn có thích xem phim không?

Thiên Nga:　Có chứ! Mình thích xem phim tài liệu, phim lịch sử, phim tâm lý xã hội, phim tình cảm, phim khoa học ... Còn bạn?

Hùng Phong:　Mình cũng *mê* xem phim lắm, thích *nhất* là phim hành động *cơ.*

Thiên Nga:　Mình thích xem phim tâm lý xã hội *hơn.*

Hùng Phong:　Vậy là chúng ta có *sở thích khác nhau* rồi.

Từ Mới 生詞			▶MP3-5.2
sở thích	嗜好	phim tài liệu	紀錄片
thói quen	習慣	lịch sử	歷史
tập thể dục	運動	tình cảm	感情
tắm	洗澡	tâm lý	心理
ăn sáng	吃早點	xã hội	社會
sau đó	然後	khoa học	科學
vậy là	這樣；這是	hành động	行動

Ngữ Pháp 文法

1. 相互代詞「**nhau**」（彼此、互相）

- 「nhau」放在動詞之後，表示互相的行為。

$$動詞 + nhau$$

例句
- Ngày mai, chúng ta gặp nhau để thảo luận về công việc.
  明天我們見面討論工作。

- Chúng tôi chăm sóc nhau, giúp đỡ nhau như anh em một nhà.
  我們像親兄弟一樣，互相照顧幫忙。

- 相互代詞「nhau」和「với / giống / khác」，「với」意思與英文的「with」相近，「giống」有「相同」的意思，而「khác」是「不同」的意思，和「nhau」可以組成連詞，表示共同的行為或不同的動作。

$$動詞 / 名詞 + với nhau / giống nhau / khác nhau$$

例句
- Văn hóa châu Âu và châu Á khác nhau.
  歐洲與亞洲的文化不一樣。

- Chúng tôi nói chuyện với nhau một tiếng.
  我們一起聊天一個小時。

- Hai cô gái ấy khác nhau. 那兩個女生不一樣。

2. 比較副詞「**bằng**」（跟……相同）、「**hơn**」（多於……）、「**nhất**」（最）的文法結構。

- 「bằng」（跟……相同；等於）：

$$A + 形容詞 + bằng (như) + B$$

例句
- Nam cao bằng mẹ. 南和媽媽一樣高。

- Chiếc áo này đẹp như chiếc áo kia.
  這件衣服和那件衣服一樣好看。

- 「hơn」（多於……；比……更……）

$$\boxed{\text{A} + 形容詞 + \text{hơn} + \text{B}}$$

例句 ▶　· Tôi thấp hơn anh trai. 我比哥哥矮。

· Tôi nhiều tuổi hơn bạn. 我比您老。

- 「nhất」（最）

$$\boxed{形容詞 / 心裡活動動詞 (\text{yêu, ghét, đau ...}) + \text{nhất}}$$

例句 ▶　· Ngày hôm đó, Mai là cô gái đẹp nhất. 那天，梅是最美的女人。

· Tôi thích ăn phở gà nhất. 我最喜歡吃雞肉河粉。

3. 語氣詞「**cơ**」，類似中文的「喔、呢」，只用於口語，放在句尾，以強調說話者的選擇或是意見。

例句 ▶　· Con muốn đi công viên chơi cơ. 我想去公園玩喔。

· Con thích ăn sô-cô-la cơ. 我喜歡吃巧克力喔。

4. 助詞「**Ừ**」：類似中文的「是啊」，用於口語的回答句中。

例句 ▶　· Ừ. Tôi biết rồi. 嗯。我知道了。

· Ừ, đúng là như vậy. 對，就是這樣。

5. 常用句子

- 名詞「thói quen」（習慣；通常）：用於表達某人的習慣，常配合頻率副詞使用，例如：thường xuyên（經常）、luôn luôn（總是）……。

例句 ▶　· Thói quen của bạn là gì? 你的習慣是什麼？

- Tôi có thói quen đọc sách hàng ngày. 我有每天唸書的習慣。

· Bạn có thói quen gì? 你的習慣是什麼？

- Tôi luôn thức dậy lúc 6 giờ. 我通常早上 6 點起床。

　　- 動詞「thích / mê / khoái」（喜歡），放在動詞或名詞之前，表達對某人、事、物的喜好。

· 「thích」（喜歡），最一般的用法。

· 「mê」漢越詞，為「迷」的意思。

· 「khoái」（喜歡），但通常用於對某道料理的喜歡，比較少用於形容對人的喜歡。

例句

· Chúng tôi đều thích đi du lịch.　我們都喜歡去旅行。

· Anh ấy mê bóng đá.　他喜歡足球。

· Tôi khoái ăn bún ốc.　我喜歡吃田螺米粉。

Luyện Nói 口說練習

1. Theo mẫu, hãy thực hành nói theo cặp（請兩人一組，參考句型並互相練習問答）

buổi sáng / tập thể dục

→ A：Thói quen của bạn là gì?

B：Thói quen của mình là dậy sớm tập thể dục.

1) buổi sáng / uống trà

2) buổi trưa / vẽ tranh

3) buổi chiều / chơi thể thao

4) buổi tối / học nhạc

5) ban đêm / đi ngủ sớm

6) cuối tuần / đi dã ngoại với gia đình

Ngữ Vựng 詞彙運用

1. Điền từ thích hợp vào chỗ trống（請將適合的單字填入空格內）

mong	thích	thói quen
nhất	bằng	hơn

1) Là mẹ, tôi _____ con trai của mình mạnh khỏe và vui vẻ.

2) Bố tôi có _____ tập thể dục vào buổi sáng sớm.

3) Cô ấy không _____ đi ngủ sớm.

4) Trong lớp, bạn ấy học tiếng Việt giỏi _____.

5) Con trai sắp cao _____ bố rồi.

6) Mai chạy nhanh _____ Lan.

2. Hãy điền từ thích hợp vào chỗ trống（請將適當的單字填入空格內）

với nhau	cho nhau	giống nhau	khác nhau

1) Ở nhà, mẹ thích ăn ngọt, bố thích ăn cay. Thói quen ăn uống của bố mẹ là _____.

2) Khi bạn gái đi du học nước ngoài. Chúng tôi viết thư _____.

3) Đài Loan và Việt Nam đều có Tết Nguyên đán. Văn hóa ăn Tết của người Đài và người Việt là _____.

4) Hà Nội có mùa đông, Sài Gòn có mùa mưa. Khí hậu Hà Nội và Sài Gòn là _____.

5) Chúng tôi thảo luận _____ về tương lai.

6) Con gái tôi thích màu hồng, con trai tôi thích màu xanh. Sở thích về màu sắc của các con tôi là _____.

Luyện Nghe 聽力練習   ▶MP3-5.3

1. Nghe rồi xác định mỗi câu sau là ĐÚNG (Đ) hay SAI (S)（請聆聽對
話音檔並根據內容回答問題（是非題））

1) ☐ Đông Phong thường dậy sớm lúc 6 giờ sáng.

2) ☐ Cả hai đều giống nhau, không thích xem phim Hàn Quốc.

3) ☐ Cả hai đều thích xem phim tình cảm lãng mạn.

4) ☐ Họ đã cùng nhau đi xem phim chiếu rạp.

Luyện Viết 寫作練習

1. Hãy sử dụng cấu trúc ngữ pháp "A + tính từ + bằng (như) + B" để viết lại câu（請用文法結構「A + 形容詞 + bằng(như) + B」重寫句子）

1) Cô Thanh Nga cao 1m50. Cô Thu Hằng cũng cao 1m50.

_____

2) Quyển sách này giá 75 ngàn. Quyển sách kia cũng giá 75 ngàn.

_____

3) Bộ quần áo mầu đỏ này mắc. Bộ quần áo mầu xanh kia cũng mắc.

_____

2. Hãy sử dụng cấu trúc ngữ pháp "A + tính từ +hơn + B" để viết lại câu（請用文法結構「A + 形容詞 + hơn + B」重寫句子）

1) Cô Ngọc nặng 48 kí lô. Cô Thủy nặng 50 kí lô.

_____

2) Em Tuấn đạt điểm 7. Em Hiếu đạt điểm 9.

_____

3) Nhà bà ngoại có 2 lầu. Nhà hàng xóm có 4 lầu.

_____

3. Hãy sử dụng cấu trúc ngữ pháp "A + tính từ + nhất" để viết lại câu （請用文法結構「**A +** 形容詞 **+ nhất**」重寫句子）

Gỏi cuốn có giá 50 tệ. Bánh mì thịt có giá 70 tệ. Bánh xèo có giá 100 tệ.

→ Gỏi cuốn rẻ nhất. Bánh xèo mắc nhất.

1) Thành được 99 điểm. An được 75 điểm. Mai được 80 điểm.

_____

2) Đài Loan có diện tích nhỏ hơn Việt Nam. Việt Nam có diện tích nhỏ hơn Thái Lan.

_____

3) Dân số Cao Hùng nhiều hơn Đài Trung. Dân số Đài Bắc nhiều hơn dân số Cao Hùng.

_____

4. Bài tập đánh máy: Em hãy chia sẻ sở thích cá nhân của mình（打字練習：分享「個人愛好」）

> **Danh ngôn: Được làm những điều bạn thích, đó là tự do.**
> **Thích được những điều bạn làm, đó là hạnh phúc.**
> 名言：能夠做你喜歡的事，那是自由。
> 能夠喜歡你所做的事，那是幸福。

Bài 6

Gọi Điện Thoại

打電話

Hội Thoại 會話 ▶MP3-6.1

Chuông điện thoại reo（電話鈴響）

Cô Linh: Alo, tôi nghe.

Hạ Vy: *Làm ơn cho* hỏi đây có phải số điện thoại của cô Linh, chủ nhiệm bộ môn Việt ngữ lớp TV- K110 không ạ?

Cô Linh: Đúng rồi, là cô đây.

Hạ Vy: Em chào cô Linh ạ. Em tên Hạ Vy, sinh viên lớp TV- K110 ạ.

Cô Linh: Ừ. Chào em. Có việc gì vậy em?

Hạ Vy: Cô *ơi*, *xin phép* cô cho em nghỉ buổi học chiều nay ạ. Em xin lỗi, vì rất gấp nên em không trực tiếp tới gặp cô được.

Cô Linh: Buổi học chiều nay cực kì quan trọng. Tuần sau, các em thi giữa kỳ, em biết *chứ*?

Hạ Vy: *Thưa* cô, em biết ạ. Hôm nay, gia đình em có chút chuyện gấp. Em rất mong nhận được sự đồng ý của cô.

Cô Linh: Cô hiểu, không vấn đề. Em nhớ làm bài tập đầy đủ, em nhé. Chúc em mọi điều thuận lợi.

Hạ Vy: Vâng. Em cảm ơn cô. Chúc cô thật nhiều sức khỏe ạ.

Cô Linh: Ừ. Không có gì đâu. Chào em.

Dựa vào nội dung bài đọc để trả lời các câu hỏi sau đây（請閱讀會話內容並回答問題）

1. Cô Linh dạy môn gì?

2. Hạ Vy gọi điện cho cô giáo để làm gì?

3. Lý do Vy không đến gặp cô giáo?

4. Cô giáo không đồng ý để Vy nghỉ học, đúng không?

Từ Mới 生詞			▶MP3-6.2
chủ nhiệm	主任（漢越詞）；班導師	trực tiếp	直接
bộ môn	部門（漢越詞）；課程	cực kỳ	非常
lớp	班	quan trọng	重要
buổi học	（堂）課；學習的時間	đồng ý	同意
gấp / gấp gáp	緊急	đầy đủ	足夠

Ngữ Pháp 文法

1. làm ơn：相當於中文的「請……」，乃「拜託」、「麻煩」某人做某事 之意（禮貌用法）。

A + làm ơn cho + B + 動詞

說明：

- A 為拜託的對象，而非自己。且 A 必須要放在「làm ơn」前。

例句　　• Cô làm ơn cho tôi gặp bác sĩ ạ. 請讓我去看醫生。

- 亦可沒有 A，但此為口語用法。

例句　　• Làm ơn giúp tôi. / Làm ơn đừng đi. 拜託幫我。/ 拜託不要走。

- 「cho」，在這裡的文法類似於中文的「讓」，可有可無，放在句尾或動詞 前皆可。

例句　　• Làm ơn cho tôi hỏi đây có phải là cô Mỹ?
　　　　　請問這是不是美小姐？

　　　　• Làm ơn đi đi! 請走吧！

2. Xin phép ... cho ...：相當於中文的「讓……做……」，乃請求允許某人 做某事，用於需要得到別人的許可才能去做某事的情況。

Xin phép + A + cho + B + 動詞

例句　　• Xin phép cô giáo cho em nghỉ học một hôm.
　　　　　請老師讓我請假一天。

　　　　• Xin phép gia đình cho con ở ký túc xá. 請家人讓我留在宿舍。

3. ơi：感嘆詞，口語用法。乃以友好的方式稱呼一個人，放在名字或人稱 代詞後面。

例句　　• Mẹ ơi!, Hoàng ơi!, Cô ơi!... 媽媽！阿黃！老師！

4. chứ：助詞，口語用法。為「chớ」的同義詞。

- **chứ**：相當於中文的「嗎」，放在問句句尾，表示說話者希望得到對方認同。

- **chứ**：放在句尾表示強調事實的確定性。

例句 ▶

· Mai bạn đi ăn sinh nhật mình chứ (chớ)?

明天你來參加我的生日派對吧？

- Có chứ. Tại sao không?　當然，為什麼不呢？

5. thưa：類似於中文的「您好、不好意思」，句首助詞。用於表示禮貌與尊重聽者。

例句 ▶

· Thưa ông, đây có phải là khoa Đông Nam Á thuộc Đại học Chính Trị?

先生您好，這裡是不是政大的東南亞學系？

- Vâng, đúng rồi.　是的，沒錯。

Luyện Nói 口說練習

1. **Hãy sử dụng cấu trúc ngữ pháp "Xin phép + A + cho + B + động từ" để thực hành nói theo mẫu**（請用文法結構「**Xin phép + A + cho + B +** 動詞」造句並練習口說）

   Cô giáo / nghỉ học → Em bị cảm. Xin phép cô giáo cho em nghỉ học ạ.

   1) Mẹ / về nhà muộn

   _____

   2) Cô giáo / nộp bài tập về nhà trễ hơn một ngày

   _____

   3) Ông chủ / nghỉ làm

   _____

   4) Sếp / về sớm

   _____

   5) Ba / đi du học nước ngoài

   _____

   6) Trường / mượn phòng học

   _____

   7) Gia đình / lấy vợ

   _____

   8) Thầy giáo / hoãn kiểm tra

   _____

Ngữ Vựng 詞彙運用

1. Hãy lựa chọn đáp án đúng nhất để điền vào chỗ trống（請選出最適合填入空格的單字）

1) Cuối tuần bạn có đi dã ngoại với lớp _____ ?

   - Có chứ. Hẹn gặp bạn vào cuối tuần.

   ☐ A. nhé ☐ C. chứ

   ☐ B. không ☐ D. à

2) _____ mẹ, hôm nay con về nhà muộn, được không ạ?

   ☐ A. Thưa ☐ C. Ừ

   ☐ B. Ạ ☐ D. Làm ơn

3) Bạn biết môn tiếng Việt rất quan trọng _____ ?

   - Vâng, em biết ạ.

   ☐ A. à ☐ C. nhé

   ☐ B. chứ ☐ D. nha

4) Mình mong nhận _____ sự giúp đỡ của mọi người.

   ☐ A. được ☐ C. bị

   ☐ B. có thể ☐ D. còn

5) Tôi ghi nhận _____ trong học tập của các em.

   ☐ A. cố gắng ☐ C. sự nỗ lực

   ☐ B. sự cố gắng ☐ D. B và C đúng

6) Bài tập này _____ khó. Tôi nghĩ mãi không ra cách làm.

   ☐ A. nhiều ☐ C. lắm

   ☐ B. ít ☐ D. rất

7) Vì rất _____ nên chúng tôi không thể đến tạm biệt cô ấy.

☐ A. rảnh   ☐ C. vui

☐ B. gấp   ☐ D. dễ

8) Tối nay, bạn tham gia tiệc sinh nhật của Toàn chứ?

- _____ Toàn là bạn thân của tớ mà.

☐ A. Có chứ   ☐ C. Vậy à

☐ B. Đúng   ☐ D. Được

Luyện Nghe 聽力練習　　　▶MP3-6.3

1. Nghe rồi lựa chọn đáp án đúng nhất（請聆聽音檔並勾選出最符合的
答案）

1)

□ A. giáo viên　　　　□ C. bạn học

□ B. sinh viên　　　　□ D. nhân viên

2)

□ A. hôm qua　　　　□ C. ngày mai

□ B. hôm nay　　　　□ D. ngày kia

3)

□ A. xin nghỉ học vì nhà có việc　　□ C. xin nghỉ học vì đi chơi

□ B. xin nghỉ học vì bị cảm　　　　□ D. xin nghỉ học vì ngủ dậy trễ

Luyện Viết 寫作練習

1. **Dùng từ "làm ơn", hãy dịch các câu sau đây từ tiếng Trung sang tiếng Việt**（請用文法結構「làm ơn」將下列中文句子翻譯為越南文）

    1) 請等我幾分鐘。

    _____

    2) 可以給我一本字典嗎？

    _____

    3) 請問叫 Ngon 的越南餐廳在哪裡？

    _____

    4) 請你慢慢講，我聽不懂。

    _____

    5) 請在七點打給我。

    _____

    6) 請起立並大聲朗讀。

    _____

    7) 請準時來派對。

    _____

    8) 請幫我開教室的門。

    _____

2. **Hãy viết câu hỏi cho các câu trả lời sau đây**（請寫出以下回答的問題）

    1) _____

    Có chứ, em sẽ tham gia tiệc chia tay của Mai.

    2) _____

    Dạ, em làm bài tập về nhà rồi ạ.

    3) _____

    Ừ, tớ từng ăn món ăn Việt Nam rồi, rất ngon.

4) _____

À. Tôi biết anh ấy chứ. Chúng tôi là bạn học của nhau thời cấp ba mà.

5) _____

Có chứ. Tôi biết địa chỉ đến nhà Lan.

6) _____

Có chớ. Tôi luôn nhớ về gia đình và quê hương mình.

7) _____

Tôi thích học tiếng Việt vì tôi yêu văn hóa Việt Nam.

8) _____

Ừ. Tôi đã quen với cuộc sống mới ở Đài Bắc.

3. Bài tập đánh máy: Hãy viết một đoạn hội thoại nói về chủ đề "Gọi điện cho cô giáo để xin phép nghỉ học một hôm" （打字練習：請寫 一則「打電話給老師請假」的簡短對話）

Tục ngữ: Tầm sư học đạo
諺語：拜師學藝

Bài 7

Hỏi Đường

問路

Ở quán cafe Trịnh, quận Cầu Giấy, Hà Nội (在河內紙橋郡鄭咖啡館)

Phục vụ bàn:	Cảm ơn quý khách đã ghé Trịnh cafe.
Minh:	Tôi từ miền Nam đến đây. Có thể phiền bạn chỉ đường, được chứ?
Phục vụ bàn:	Tôi rất sẵn lòng nếu giúp được gì cho anh. Anh muốn *đi đâu*?
Minh:	Tôi không biết đường đi *từ* đây *đến* trường Đại học Quốc gia Hà Nội. Nơi đó *cách đây bao xa*?
Phục vụ bàn:	Không xa lắm, *chừng* 2 kilômét thôi. Anh tính đi *bằng gì*?
Minh:	Tôi đi bộ.
Phục vụ bàn:	Vậy, để tôi hướng dẫn anh, dễ lắm. Từ đây ra đường Trần Thái Tông, anh biết rồi đúng không?
Minh:	Tôi biết. Đoạn này, tôi đi được. Tiếp theo, phải đi thế nào *nhỉ*?
Phục vụ bàn:	Ra tới Trần Thái Tông, anh quẹo phải *tầm* 600 mét sẽ gặp ngã tư đèn xanh đỏ, sau đó anh quẹo trái. Trường có địa chỉ là số 144 Xuân Thủy, nằm bên tay phải, cổng lớn nên rất dễ nhận ra. Nó nằm ngay gần ngã tư, giao với đường Phạm Hùng nhé.
Minh:	Chi tiết quá. Cảm ơn bạn nhiều!
Phục vụ bàn:	Không có chi. Chúc anh một ngày mới vui vẻ. Chào anh!

Dựa vào nội dung của bài hội thoại, trả lời các câu hỏi sau đây（請閱讀會話內容並回答問題）

1. Minh là người quen ở quán café Trịnh, phải không?

2. Minh hỏi người phục vụ bàn về vấn đề gì?

3. Minh tính đi tới trường Đại học Quốc gia bằng cách nào?

4. Người phục vụ bàn có nhiệt tình giúp đỡ không?

5. Hãy mô tả đường đi từ quán café Trịnh tới trường Đại học Quốc gia Hà Nội.

Từ Mới 生詞			▶MP3-7.2
phục vụ bàn	服務員	quẹo phải	右轉
ghé / ghé thăm	拜訪；訪看	ngã tư	十字路口
phiền / phiền hà	麻煩	đèn xanh đỏ	紅綠燈
chỉ / chỉ dẫn	指示	quẹo trái	左轉
sẵn lòng	願意；樂意	tiếp theo	接下來
đi bộ	走路	địa chỉ	地址
hướng dẫn	指導	ngay	馬上
đoạn / đoạn đường	段；段路	chi tiết	詳細

Ngữ Pháp 文法

1. 問路

- 地名＋ở đâu? ⋯⋯在那裡？

- cách đây bao xa? 距離這裡多遠？

- đi thế nào? 怎麼去？

- có gần / có xa không? 遠／近嗎？

- ... có biết ... ở đâu không? ⋯⋯知道⋯⋯在哪裡嗎？

2. từ ... đến：意思是「從⋯⋯到」，用於表達距離或時間。

例句 ▶ · Từ nhà tới trường Đại học Chính Trị khoảng 3 cây số.
從家裡到學校大概 3 公里。

· Tôi làm bài tập này từ 8 đến 12 giờ đêm.
我從晚上 8 點到 12 點寫這個功課。

3. ... bằng gì?：「**bằng**」是介詞，相當於英文的「**by**」，用於表達與材料、工具、手段、交通工具的關係。

例句 ▶ · Em tới trường bằng gì? 你怎麼來學校？

- Em tới trường bằng xe buýt. 我坐公車來學校。

· Họ ăn cơm bằng gì? 他們怎麼吃飯？

- Họ ăn cơm bằng tay. 他們用手吃飯。

· Họ nói chuyện với nhau bằng tiếng Anh. 他們用英文聊天。

· Họ chào đón chúng tôi bằng sự nồng ấm.
他們用溫暖迎接我們。

4. khoảng / độ / chừng / tầm：表示「預計」或「大概」，用於估測時間、
空間或距離。

· Từ đây về nhà bạn bao xa?　從這裡到你家多遠？

- Độ 2 ki-lô-mét.　大概 2 公里。

· Căn nhà này rộng khoảng 500 mét vuông.　這棟房子大概 500 平方公尺。

· Tôi mất tầm 2 giờ để hoàn thành xong bài tập này.
我花了大概 2 小時完成這個作業。

5. nhỉ：助詞，放在句尾，表示親密的對話、說話者想讓對方認同自己想法，
或者表達諷刺的想法。

　- 放在感嘆句句尾，表達自己覺得是這樣，但還需要別人的認同，類似中文
的「對吧」。

例句 ▶　· Cái áo này đẹp nhỉ!　這件衣服好看吧！

　　　· Cô ấy đẹp nhỉ!　她很漂亮對吧！

　- 放在問句句尾，是好奇中帶點可愛、模糊的語氣表現。

例句 ▶　· Tên em là gì nhỉ?　你叫什麼名字呢？

　　　· Không biết anh ấy có đến không nhỉ?　不知道他會不會來？

　- 放在感嘆句句尾，表達諷刺。

例句 ▶　· Nói dễ nghe nhỉ!　你說得那麼容易喔！

　　　· Đẹp mặt nhỉ!　這麼光榮喔！

Luyện Nói 口說練習

1. Theo cặp, hãy thực hành nói theo mẫu（兩人一組，按照句型，造疑
問句並互相回答）

Ví dụ: Việt Nam / máy bay

→ Tôi sang Việt Nam bằng máy bay.

1) sở thú Cao Hùng / xe buýt

_____

2) Hoa Liên / xe hơi

_____

3) mua sắm ở khu 101 / tàu điện ngầm

_____

4) chợ đêm Tây Môn Đình / xe đạp

_____

5) bưu điện Đài Bắc / tắc xi

_____

6) Bành Hồ / tàu thủy

_____

7) dạo quanh nhà thờ Đức Bà Sài Gòn / xích lô

_____

8) tham quan hồ Nhật Nguyệt / thuyền

_____

Nhà thờ Đức Bà Sài Gòn

Ngữ Vựng 詞彙運用

1. Hãy hoàn thành đoạn hội thoại sau đây（請完成以下對話）

nằm	khoảng	rẽ trái	từ ... đến
đi thẳng	ở đâu	độ	xa

A: Xin lỗi, làm ơn cho tôi hỏi, bưu điện _____ ạ?

B: Bạn muốn hỏi bưu điện _____ đối diện với cổng trường Đại học Chính Trị à?

A: Vâng ạ. Vui lòng chỉ cho tôi đường đi _____ đây _____ đó, được không ạ?

B: Bây giờ, chúng ta đang ở gần sở thú Đài Bắc. Bạn _____ qua ngã tư thứ hai rồi _____ Sau đó, đi thẳng _____ 300 mét là tới nơi rồi.

A: Từ đây đến đó, có _____ không?

B: Gần mà, _____ 1.5 kilômét thôi.

A: Cám ơn nhiều nha.

2. Viết thêm những từ cùng loại với các từ sau đây（請寫出與下列單字同類型的詞彙）

1) xe đạp, xe máy, _____

   _____

2) rẽ trái, rẽ phải, _____

   _____

Luyện Nghe 聽力練習   ▶MP3-7.3

1. Hãy nghe rồi lựa chọn đáp án đúng nhất（請聆聽音檔並勾選出最符合的答案）

1)

   ☐ A. đại học   ☐ C. cửa tiệm

   ☐ B. nhà hàng   ☐ D. bưu điện

2)

   ☐ A. 200 mét   ☐ C. 400 mét

   ☐ B. 300 mét   ☐ D. 700 mét

Luyện Viết 寫作練習

1. Theo mẫu, hãy viết câu hỏi và câu trả lời（請依照句型，寫出問答句）

Ví dụ: Nhà bạn / trường học / 3 kilômét / xe buýt

· Từ nhà bạn tới trường học có xa không?

- Cũng không xa lắm, khoảng 3 kilômét.

· Bạn đi tới trường bằng gì?

- Đi bằng xe buýt.

1) Đại học Chính Trị / ga tàu Đài Bắc / 12 kilômét / tàu điện ngầm

2) sân bay Nội Bài / sân bay quốc tế Đào Viên / 1633 kilômét / máy bay

3) Đài Bắc / Cao Hùng / 352 kilômét / xe hơi

4) cảng Cao Hùng / cảng Bành Hồ / 136 kilômét / tàu thủy

2. Theo các từ gợi ý, hãy dùng "khoảng / độ / chừng / tầm" để viết thành các câu hoàn chỉnh sau đây（請用文法結構「khoảng / độ / chừng / tầm」造句）

Ví dụ: làm bài tập, 2 tiếng

→ Tôi mất độ 2 tiếng để làm xong bài tập này.

1) cô ấy, 25 tuổi

_____

2) trời lạnh, 15 độ

_____

3) sinh hoạt phí,10 ngàn Đài tệ

_____

4) bây giờ, 3 giờ chiều

_____

5) thu nhập hàng tháng, 40 ngàn Đài tệ

_____

6) lớp học tiếng Việt, 25 sinh viên

_____

7) đi ngủ, 1 giờ sáng

_____

8) im lặng, 5 phút

_____

3. Dùng "nhé / nhỉ" để điền từ vào chỗ trống（請用「nhé / nhỉ」填空）

1) Để tôi giúp chị một tay _____?

2) Em mặc chiếc áo khoác này trông đẹp quá _____!

3) Bây giờ là mấy giờ rồi _____?

4) Đi đường nhớ cẩn thận _____!

5) Vui lòng chờ tôi một xíu _____.

6) Bài tập này làm thế nào _____?

7) Cảnh ở đây đẹp quá _____!

8) Nếu có gì thắc mắc, bạn cứ viết E-mail trao đổi với tôi _____!

4. Đánh máy vi tính: Hãy viết một đoạn hội thoại ngắn mô tả "cách đi từ trường Đại học Chính Trị về nhà bạn"（打字練習：請寫一則短對話描述「如何從政大到您家」）

Xích lô

Bài 8

Lời Mời
邀請

Vân: Có phải là Minh không? Đi đâu *đấy*?

Minh: Thời gian trôi qua nhanh quá! Rất tình cờ khi gặp lại bạn. Cậu làm gì ở đây *vậy*?

Vân: Nhà mình ở gần đây, mình ra ngoài mua ít đồ thì gặp cậu *đấy*. Nếu không bận, *mời* cậu ghé nhà mình chơi.

Minh: Mình rảnh. Đi thôi, cậu dẫn đường đến nhà cậu đi.

Vân: Tới nơi rồi *đấy*. Mời cậu vào nhà.

Minh: Ngôi nhà đẹp và gọn gàng quá. Cậu vẫn luôn khéo léo như ngày nào nhỉ!

Vân: Cảm ơn cậu đã quá khen. Cậu uống gì nhé? Cà phê phin, trà, cacao hay lipton nào?

Minh: Cà phê đi Vân.

Vân: Cậu chờ mình một chút nhé.

Minh: Không vấn đề.

Vân: Đây là cà phê của cậu. *Xin cứ tự nhiên* như ở nhà vậy.

Minh: Cậu có thể cho mình *thêm* ít sữa nữa, được không? Cà phê hơi đắng, Vân à.

Vân: Được chứ. Chờ mình một xíu nha.

Minh: Ba mẹ cậu vẫn khỏe chứ? Mình thích nói chuyện với mẹ cậu. Bà thật tốt bụng và hài hước.

Vân: Ba mẹ mình vẫn khỏe. Cậu dùng bữa trưa với gia đình mình nha?

Minh: Mình phải về nhà có chút việc, để dịp khác *vậy*. Cảm ơn Vân nhé!

Dựa vào nội dung của bài hội thoại, trả lời các câu hỏi sau đây
（請閱讀會話內容並回答問題）

1) Vân gặp Minh ở đâu?

2) Minh nói Vân là người thế nào?

3) Minh xin thêm cái gì? Tại sao?

4) Minh ở lại nhà Vân để dùng cơm trưa, phải không?

Từ Mới 生詞			▶MP3-8.2
tình cờ	偶然	như	如
ra ngoài	外出	xin cứ tự nhiên	歡迎；請隨意
dẫn đường	指路	nói chuyện	講話；聊天
khéo léo	熟練的	tốt bụng	善良
gọn gàng	整潔	hài hước	幽默
bỏ	放置；放棄	dịp	機會

Ngữ Pháp 文法

1. mời：「邀請」的意思，放在人稱代詞前面，表達禮貌地邀請某人做某事。

例句
- Mời anh uống trà. 請您喝茶。
- Mời bác vào nhà. 請您進來。

2. 當家裡有客人的情況：

例句
- Mời chị vào nhà. 請您進來。
- Mời chị ngồi. 請坐。
- ... uống gì nhé? ……要不要喝點什麼？
- Xin ... cứ tự nhiên. 請……隨意。

3. vậy：助詞，口語表達。

- **vậy**：放在疑問句句尾，用於詢問某些事物。較為禮貌和友好的表現，與「**đấy / đó / thế**」相似。

例句
- Nhà em có chuyện gì vậy (= đấy / đó / thế)?
  你家有什麼事呢？
- Bạn đang làm gì vậy (= đấy / đó / thế)? 你在做什麼呢？

- **vậy**：放在陳述句句尾，用於強調較肯定且沒有其他選項的結論。

例句
- Ở đây không bán đồ ăn Thái Lan. Chúng ta ăn món Việt vậy.
  這裡沒有賣泰式料理。我們吃越南菜吧。
- Không có cái nào khác thì dùng cái này vậy.
  沒有別的，那就用這個吧。

4. đấy：助詞，口語表達。

- **đấy**：放在疑問句句尾，使口氣較為禮貌和友好，與「**đó / vậy / thế**」的用法類似。

例句
- Em đi đâu đấy (= đó / thế / vậy)? 你去哪裡呢？
- Các em đang làm gì đấy (= đó / thế / vậy)?
  同學們正在做什麼呢？

- **đấy**：放在陳述句句尾，用於強調所說內容的確定性，與「**đó**」的用法類似。

> 例句 ▶　・Kia là nhà tôi đấy. 那邊是我的家。
>
> 　　　　・Làm nhanh lên đấy! 做快一點！

5. 動詞 **+ thêm (nữa)**：「多……」、「更……」、「再……」是這個意思嗎，表達品質、質量或數量的增加。

> 例句 ▶　・Trời lạnh lắm. Khi ra ngoài, nhớ mặc thêm áo ấm nữa nhé!
>
> 　　　　　天氣很冷。去外面的時候記得要多穿一點！
>
> 　　　　・Tiếng Việt của tôi chưa khá lắm. Tôi phải chăm chỉ học thêm nữa.
>
> 　　　　　我的越語不太好。我要更認真學習。

Luyện Nói 口說練習

1. **Hãy điền từ vào chỗ trống với "đấy / vậy" và thực hành nói**（請用
「**đấy / vậy**」填空並練習口說（請注意語調））

   1) Kia là cô giáo của tôi _____.

   2) Em đến trường học bằng phương tiện gì _____?

   3) Cũng chẳng biết thế nào. Thôi thì cứ làm như _____.

   4) Bà ta là Việt Kiều _____.

   5) Hết vé tàu nhanh rồi. Tôi đi về Cao Hùng bằng tàu chậm

   _____.

   6) Nếu bạn không thích, đành chịu _____.

   7) Các em đã sẵn sàng lên bảng nói chưa _____?

   8) Các em đang thảo luận về vấn đề gì _____?

Ngữ Vựng 詞彙運用

1. Điền từ thích hợp vào chỗ trống trong các câu sau đây（請將下表的單字填入適當的空格）

gọn gàng	dịp	trôi qua	hài hước
bỏ	tình cờ	khéo léo	tốt bụng

1) Không hẹn mà gặp, tôi _____ gặp em ấy ở trên đường về nhà.

2) Cô ấy có cách nói chuyện rất _____, làm người khác cảm thấy vui vẻ.

3) Cô ấy biết nấu nhiều món ngon. Cô ấy là người_____.

4) Giúp tôi _____ thêm đường vào cà phê đấy nhé.

5) Tôi có thói quen dọn dẹp nhà cửa _____ mỗi ngày.

6) Khi có _____, tôi muốn đến thăm nhà bạn.

7) Thời gian _____ nhanh quá. Hôm nay đã là cuối tuần rồi.

8) Em ấy vừa xinh lại vừa _____ Ai cũng thích em ấy.

Luyện Nghe 聽力練習　　　　　　　　　　　　　▶MP3-8.3

1. Hãy nghe rồi lựa chọn đáp án đúng（請聆聽音檔並勾選出最符合的答案）

1)

　　☐ A. ăn sinh nhật　　　　　　☐ C. ăn lễ

　　☐ B. ăn đám cưới　　　　　　☐ D. ăn Tết

2)

　　☐ A. 7 giờ tối thứ sáu　　　　☐ C. 7 giờ tối chủ nhật

　　☐ B. 7 giờ tối thứ bảy　　　　☐ D. 7 giờ tối thứ hai

Luyện Viết 寫作練習

1. Theo mẫu và các từ gợi ý cho sẵn, hãy viết thành câu hoàn chỉnh
（請依照句型，寫出完整的句子）

Ví dụ: Cao Hùng / ghé thăm chùa Phật Quang Sơn

→ Nhân dịp bạn đi Cao Hùng chơi, mời bạn ghé thăm chùa Phật Quang Sơn.

1) Đài Bắc / thăm làng cổ Cửu Phần

_____

2) Đài Nam / thăm cung Thiên Hậu

_____

3) Nam Đầu / khám phá Hồ Nhật Nguyệt

_____

4) Đài Bắc / ghé thăm bảo tàng Cố cung Quốc gia

_____

5) Việt Nam / ghé thăm Tràng An

_____

6) Bình Đông / khám phá vườn Quốc gia Khẩn Đinh

_____

7) Huế / thưởng thức ẩm thực cung đình

_____

8) Sài Gòn / thăm di tích lịch sử Dinh Độc Lập

_____

2. Hãy sử dụng cấu trúc "thêm ... nữa" để hoàn thành các câu sau đây（請用文法結構「**thêm ... nữa**」完成句子）

Ví dụ: Cà phê này đặc quá! _____

→ Cà phê này đặc quá! Tôi cần thêm vài cục đá nữa.

1) Tủ lạnh sắp hết đồ ăn rồi _____

2) Đói quá rồi _____

3) Tiếng Việt của tôi chưa khá lắm _____

4) Anh ta thích uống bia _____

5) Nhà năm người mà có 3 đôi đũa _____

6) Tôi đã hoàn thành một nhiệm vụ rồi _____

7) Chúng tôi đã lái xe được nửa đảo Mã Tổ rồi _____

8) Tôi đợi cô ấy được nửa tiếng rồi _____

3. Bài tập đánh máy: Hãy viết một cái thiệp để mời bạn bè đến tham dự tiệc chia tay（打字練習：請寫一張邀請朋友參加歡送會的邀請卡）

Hội An

Tục ngữ: "Học ăn, học nói, học gói, học mở"
諺語：學會怎麼吃、學會怎麼說話、學會節儉、學會包容
（意思是學習各方面的待人處事）

Bài 9

Thăm Bạn

拜訪友人

Hội Thoại 會話   ▶MP3-9.1

Vân: Cuối tuần này, các cậu tính đi đâu vậy?

Hòa: Mình chưa có kế hoạch gì. *Lại* muốn hẹn hò *sao*?

Vân: Đang mùa hoa sen đấy. Hay là bọn mình đi chụp ảnh sen nhỉ?

Hòa: Mình *sao* cũng được, tùy các bạn quyết định *thôi*. *Sao* năm nay hoa sen nở sớm thế?

Vân: Chắc là do khí hậu thay đổi *thôi*.

Minh: *Thôi*, các bạn cứ đi đi. Thật tiếc vì mình đã có kế hoạch khác rồi. Mình đi thăm một người bạn cũ, là bạn thân của mình. Vinh, cậu ấy mới từ Đài Loan về chơi.

Vân: Có phải Vinh rất có khiếu học ngoại ngữ và chơi guitar đó không?

Minh: *Ơ, sao* biết?

Vân: Biết chứ. Anh chàng đó *đã* đẹp trai *lại* nổi tiếng như vậy thì làm *sao* không biết.

Minh: Vậy *sao*?

Vân: Cậu ấy qua Đài Loan *đã* lâu chưa?

Minh: Cậu ấy theo gia đình sang Đài Loan định cư đã gần 5 năm rồi.

Vân: Ôi ... Thời gian trôi qua nhanh quá! Cuối tuần này các cậu định đi chơi những đâu?

Minh: Trước tiên, mình đến thăm nhà để hỏi thăm sức khỏe của ba mẹ Vinh. Sau đó, bọn mình tham gia hội chợ sách. Rồi, đi thưởng thức ẩm thực đường phố Hà Nội. Chiều muộn sẽ đi uống cà phê ở phố cổ.

Vân   Ồ! Thật là một kế hoạch tuyệt vời.

Dựa vào nội dung của bài hội thoại, trả lời các câu hỏi sau đây
（請閱讀會話內容並回答問題）

1. Họ định làm gì vào cuối tuần?

2. Tại sao Minh không đi chơi cùng với mọi người?

3. Mọi người đều biết về Vinh, phải không?

4. Tại sao Vinh lại không ở Việt Nam?

5. Minh và Vinh sẽ đi những đâu?

Từ Mới 生詞　▶MP3-9.2

hoa sen	蓮花	hội chợ	集市（市集）
quyết định	決定	thưởng thức	享受
khí hậu	氣候	dự định	預定；打算
năng khiếu	天才；天份	định cư	定居
bọn mình	我們	nổi tiếng	有名

Ngữ Pháp 文法

1. lại：副詞

- lại：類似於中文的「又」。

例句　　・Cô ấy đã giỏi lại còn xinh. 她優秀又漂亮。

・Thư viện đã có nhiều sách, lại đều rất hay.
圖書館有很多書，又都很有趣。

- lại：類似於中文的「再（重新進行某個動作或行為）」。

動詞 **+ lại**

例句　　・Em nên làm lại bài tập này. 你應該重寫這個作業。

・Làm ơn nói lại. 請再說一次。

- lại：類似於中文的「起來」。

例句　　・Hãy giúp tôi đóng cửa lại. 請幫我關起門來。

・Cô ấy đã bình phục lại rồi. 她已經好起來了。

2. sao：「為什麼」，疑問詞，用於詢問行為的原因。

例句　　・Em không thích ăn phở sao? 你為什麼不喜歡吃河粉呢？

・Sao chưa đi ngủ? 為何還沒去睡覺？

3. ... đã lâu chưa?：用於詢問時間的總長度，類似於中文的「已經⋯⋯多久了？」。

例句　　・Em chờ tôi đã lâu chưa? 你已經等我多久了？

・Hai bạn không gặp nhau đã lâu chưa?
你們已經多久沒有見面了？

4. thôi：助詞，口語表現。

- thôi：用於說服聽者不要擔心，有鼓勵的意思。

例句　　・Thế nào rồi mọi thứ cũng ổn thôi. 所有事情總會變好的。

・Nghỉ ngơi vài ngày là khỏe lại thôi. 休息幾天會好起來吧。

- **thôi**：勉強同意、接受某事。

例句　　・Cậu muốn đi xem phim hay đi xem biểu diễn?
　　　　　　你想去看電影還是看表演？

　　　　　- Mình sao cũng được, tùy bạn thôi.　我都可以，看你啊。

　　　　　・Chúng ta không có lựa chọn khác, đành vậy thôi.
　　　　　　我們沒有其他選擇，就這樣吧。

- **thôi**：放在句首，表達勸阻或拒絕他人，類似中文的「不用」、「算了」。

例句　　・Thôi, tôi không nhận quà của anh đâu.　不，我不收你的禮物。

　　　　　・Em muốn uống cà phê không?　你要喝咖啡嗎？

　　　　　- Dạ, thôi. Uống cà phê em không ngủ được.
　　　　　　不用，我喝了會睡不著。

- **thôi**：建議某人做某事，並希望對方照做。

例句　　・Chúng ta đi thôi!　我們一起去吧！

　　　　　・Học bài thôi!　上課吧！

5. ơ：口語，放在句首，類似於中文的「哦」，用以表示驚訝。

例句　　・Ơ, đang làm gì đấy?　哦，在做什麼呢？

　　　　　・Ơ, muốn gì?　哦，想要什麼？

Luyện Nói 口說練習

1. Hãy thêm "thôi" vào các câu bên dưới, rồi thực hành nói (chú ý đến ngữ điệu)（請將「**thôi**」加到下列句子中並練習口說（請注意語調））

1) - Xin lỗi bạn, tôi không thể nói gì thêm.

   - Bạn không nói thì.

2) - Bạn đã trả quyển từ điển cho mình chưa?

   - Chết rồi, tôi quên rồi. Mai trả nhé.

3) Tôi có việc phải đi bây giờ. Bạn nói ngắn.

4) - Nghe nói ngày mai có bão?

   - Đừng đi dã ngoại nữa.

5) Buồn quá! Chỉ muốn khóc thật nhiều.

6) Đừng khóc nữa. Mọi chuyện rồi sẽ qua.

7) - Mẹ ơi, phở còn ăn được không ạ?

   - Bỏ đi, phở mẹ mua từ hôm qua, cũ rồi.

8) - Anh có thể cho tôi mượn ít tiền không?

   - Được, để tôi suy nghĩ.

Ngữ Vựng 詞彙運用

1. Hãy điền từ thích hợp vào chỗ trống trong các câu sau đây（請用適當的單字填空）

quyết định	hội chợ	định
năng khiếu	thưởng thức	nổi tiếng

1) Tôi _____ đi du lịch Việt Nam vào tháng sau.

2) Em ấy có _____ về âm nhạc.

3) Ông ấy _____ là một bác sĩ giỏi ở đây.

4) Bố mẹ luôn tôn trọng _____ của con cái.

5) Tôi có thói quen _____ một ly cà phê Việt Nam vào mỗi sáng sớm.

6) Đi _____ mua đồ thì rẻ hơn.

2. Hãy lựa chọn đáp án đúng trong các câu sau đây（請勾選出最適當的答案）

1) 8 giờ sáng, mẹ thấy Minh đang học bài và hỏi:

    ☐ A. Con thức dậy lâu chưa?

    ☐ B. Đã thức dậy chưa?

    ☐ C. Đã thức dậy rồi chưa?

    ☐ D. Sắp thức dậy chưa?

2) Cô giáo thấy An nói tiếng Việt rất khá. Cô ấy ngạc nhiên và hỏi:

    ☐ A. Em đã học tiếng Việt chưa?

    ☐ B. Em học tiếng Việt rồi chưa?

    ☐ C. Em học tiếng Việt đã lâu chưa?

    ☐ D. Em sắp học tiếng Việt chưa?

3) Hoa là du học sinh, xa nhà đã một thời gian dài. Bạn Hoa hỏi:

☐ A. Đã bao lâu rồi bạn không về thăm nhà?

☐ B. Bạn có thăm nhà không?

☐ C. Bạn sắp về thăm nhà chưa rồi?

☐ D. Bạn thăm nhà, phải không?

Luyện Nghe 聽力練習   ▶MP3-9.3

1. Hãy nghe rồi lựa chọn đáp án đúng nhất（請聆聽音檔並勾選出最符合的答案）

1)

☐ A. 3 tuần   ☐ C. 6 năm rưỡi

☐ B. 6 năm   ☐ D. 8 năm

2)

☐ A. công ty của Mỹ   ☐ C. công ty về mỹ phẩm

☐ B. công ty về điện tử   ☐ D. công ty về sự kiện

3)

☐ A. 3 tuần sau   ☐ C. 6 tuần rưỡi sau

☐ B. 6 tuần sau   ☐ D. 8 tuần sau

Luyện Viết 寫作練習

1. Theo mẫu, hãy sử dụng từ "sao" để viết các câu nghi vấn（請根據答句，用「**sao**」造出相應的疑問句）

Ví dụ: → Bị sao thế? - Tôi cảm thấy không khỏe.

1) _____ ?

Cô ấy mới có người yêu mới.

2) _____ ?

Cô ấy là người nói nhiều và nói lung tung.

3) _____ ?

Công việc mới rất áp lực.

4) _____ ?

Tôi đạt trình độ tiếng Việt C2.

5) _____ ?

Xe tôi bị hỏng ở giữa đường.

6) _____ ?

Làm việc ở công ty đó lương thấp.

7) _____ ?

Vì tôi yêu thích học tiếng Việt và văn hóa Việt Nam.

8) _____ ?

Nhà cũ rất ồn ào.

2. Hãy thêm từ "lại" vào các câu bên dưới, rồi viết lại cả câu（請在下面的句子加入「**lại**」並重寫句子）

1) Anh ấy đẹp trai, có năng khiếu hát hay.

_____

2) Căn nhà rộng, thoáng mát.

_____

3) Đã nghèo, bệnh tật.

4) Tôi không nghe rõ, vui lòng nói.

_____

5) Tôi không hài lòng về kết quả thi, tôi sẽ thi.

_____

6) Bạn đi sai đường rồi, hãy quay.

_____

7) Chúng tôi họp để bàn về kế hoạch tổ chức buổi biểu diễn.

_____

8) Thời tiết thay đổi, bệnh của mẹ tôi tái phát.

_____

3. Bài tập đánh máy: Hãy viết một bài văn ngắn kể về một người bạn thân của em（打字練習：請寫一則關於「您最好的朋友」的短文）

hồ Hoàn Kiếm

> **Tục ngữ: "Ăn chọn nơi, chơi chọn bạn"**
> 諺語：擇善而從

Bài 10

Mô Tả

描述

Hội Thoại 會話   ▶MP3-10.1

Lâm: Hôm nay, sao em tới sớm vậy? Đã tới ca của em đâu.

Ngân: Xe bị hư nên em đi sớm. Em *nhờ* bạn chở em qua đây ạ.

Lâm: Xe lại hư *nữa* rồi. Mà hư cái gì?

Ngân: Xe cũ mà anh, hư nhiều cái lắm. Em cũng không biết *nữa*.

Lâm: Bạn em là cái cô gái vừa chạy xe Honda qua tiệm mình ấy à? Cô ấy có làn da trắng, đôi mắt to, rất đẹp. Tên em ấy là gì ha?

Ngân: Tên là Hồng Anh, bạn thân từ thuở bé của em đó. Bạn ấy vừa học giỏi vừa thông minh và rất nhanh nhẹn nữa. Ở trường em, lúc nào cũng đạt thành tích cao trong học tập.

Lâm: Cô ấy đang học khoa nào?

Ngân: Bạn ấy là sinh viên năm nhất, khoa Đông Nam Á tại Đại học Chính Trị.

Lâm: Em cũng có kém gì đâu, đã giỏi lại còn xinh đẹp *nữa*.

Ngân: Từ khi vào đại học, *trông* bạn ấy đẹp *ra*. Có điều, bạn ấy ốm *đi*. Có lẽ vì vừa đi học vừa đi làm thêm, hơi vất vả.

Lâm: Theo anh thấy, cô ấy mập *lên* chừng 3 kí lô *nữa*, đẹp hơn. Hôm nào rảnh, anh mời em và bạn em đi cafe chém gió nha?

Ngân: Dạ. Hẹn gặp anh vào một dịp gần nhất ạ.

Dựa vào nội dung của bài hội thoại, trả lời các câu hỏi sau đây（請
閱讀會話內容並回答問題）

1. Lí do Ngân đi làm sớm?

2. Ai là người đưa Ngân tới nơi làm việc?

3. Bạn của Ngân trông thế nào?

4. Ngân và Hồng Anh là bạn cùng trường, phải không?

5. Họ nói gì về Hồng Anh sau khi vào đại học?

Từ Mới 生詞			▶MP3-10.2
ca làm	（工作的）班次	nhanh nhẹn	敏捷
hư	壞掉	thành tích	成績
chạy xe	騎車	kém	差
thuở bé	小時候	có điều	不過
giỏi	優秀	chém gió	聊天打屁；哈啦

Ngữ Pháp 文法

1. trông：類似於中文的「看起來（如何）」。

> 主詞 **+ trông thế nào?**
> 或者：**trông +** 主詞 **+ thế nào?**
> - 主詞 **+ trông +** 形容詞

例句

· Trông bạn ấy thế nào? 他看起來如何？

- Bạn ấy trông rất mệt. 他看起來很累。

· Chiếc váy đó trông thế nào? 那件短裙看起來如何？

- Chiếc váy đó trông rất hợp với bạn. 那件短裙看起來很適合妳。

2. ra / lên：副詞，表達人或事物的性格或狀態的正向發展。

> 主詞 **+** 形容詞 **+ ra / lên**

例句

· Tôi thấy trong người khỏe ra. 我感覺好起來了。

· Được mọi người an ủi, cô ấy vui lên.
有大家的安慰，她開心了起來。

3. đi / lại：副詞，表達人或事物的性格或狀態的消極發展。

> 主詞 **+** 形容詞 **+ đi / lại**

例句

· Gần đây, mẹ tôi trông già đi. 最近，我媽媽看起來變老了。

· Dạo này ăn đêm nhiều nên tôi mập lại.
最近我吃很多宵夜，所以又胖回來。

4. nhờ：動詞，請求某人做某事，中文可翻譯成「請幫我……」。

例句

· Đi nhờ xe. 請讓我搭便車。

· Nhờ bạn xin cô giáo cho tớ nghỉ học một hôm.
請你幫我跟老師請假一天。

5. nữa：

- **nữa**：副詞，類似於中文的「再」，用於表示行動的連續性及狀態。

$$\boxed{\text{動詞} + \textbf{nữa}}$$

例句

· Đừng nói nữa. 別再說。

· Con lại ăn nữa rồi. 你又在吃了。

- **nữa**：副詞，用於表示行動的強度、狀態和性質的增加。

· Cho tôi thêm chút sữa nữa vào cà phê.

幫我加多一點牛奶到咖啡裡。

· Tôi phải hoàn thành luận án trong hai tháng nữa.

我必須在兩個月內完成論文。

- **nữa**：助詞，類似於中文的「又」。用於強調和補充某人或某事。

· Cô ấy đã đẹp lại còn thông minh nữa. 她又漂亮又聰明。

· Cái xe này tốt lại còn trông đẹp nữa. 這車又好又好看。

Luyện Nói 口說練習

1. Vui lòng trả lời các câu hỏi sau đây（請回答下列問題）

1) Bạn thân của em trông thế nào?

2) Cô giáo em trông thế nào?

3) Ba em trông thế nào?

4) Mẹ em trông thế nào?

5) Người yêu em trông thế nào?

6) Anh/ chị em trông thế nào?

7) Nhà em trông thế nào?

8) Trường đại học Chính Trị trông thế nào?

Luyện Nói 口說練習

Ngữ Vựng 詞彙運用

1. **Dựa vào nội dung của bài hội thoại, hãy lựa chọn từ (các từ) gần nghĩa nhất để thay thế vào các từ gạch chân**（請根據會話內容，勾選出與劃線單字相似的詞彙）

   1) Đã tới **ca** của em đâu.

      □ A. đúng giờ   □ C. ngày làm việc

      □ B. giờ làm việc   □ D. thời gian

   2) Em nhờ bạn **chở** em qua đây ạ.

      □ A. lai   □ C. lái

      □ B. đèo   □ D. A và B đúng

   3) Chúng tôi là bạn thân từ **thuở bé**.

      □ A. thuở trước   □ C. thuở nhỏ

      □ B. thuở xưa   □ D. thuở kia

   4) Hôm nào rảnh, anh mời em và bạn em đi cafe **chém gió** nha?

      □ A. gặp gỡ   □ C. thảo luận

      □ B. tán gẫu   □ D. hẹn hò

2. **Hãy lựa chọn đáp án đúng nhất**（請勾選出最適當的答案）

   1) Cô giáo em trông thế nào?

      □ A. Cô ấy trông trẻ.   □ C. Cô ấy nói nhiều.

      □ B. Cô ấy dạy tốt.   □ D. Cô ấy rất mới.

   2) Người Việt Nam trông thế nào?

      □ A. Họ trông nhanh nhẹn.   □ C. Họ thích ăn đồ chua cay.

      □ B. Họ chăm chỉ.   □ D. Họ luôn vui vẻ.

3) Người Đài Loan trông thế nào?

☐ A. Họ nhiệt tình.   ☐ C. Họ rất tốt.

☐ B. Họ trông cao, da trắng.   ☐ D. Họ thật văn minh.

Luyện Nghe 聽力練習   ▶MP3-10.3

1. Hãy nghe rồi lựa chọn đáp án đúng nhất（請聆聽音檔並勾選出最符合的答案）

1)

☐ A. người nước ngoài   ☐ C. bạn học

☐ B. người quen   ☐ D. bạn đồng hương

2)

☐ A. phòng 202   ☐ C. phòng 302

☐ B. phòng 208   ☐ D. phòng 308

3)

☐ A. 25 tuổi   ☐ C. ít cười

☐ B. thấp   ☐ D. da trắng

Luyện Viết 寫作練習

1. Hãy điền từ vào chỗ trống với "ra / đi / lên / lại"（請將「**ra / đi / lên / lại**」填入下列空格）

1) Thường xuyên đi ngủ sớm cô ấy trẻ _____.

2) Chăm chỉ làm việc ông ấy giàu _____.

3) Đi bơi mỗi ngày con tôi cao _____.

4) Sau kỳ thi trông em ấy ốm _____.

5) Từ ngày có bạn trai chị ấy đẹp _____.

6) Cô ấy đi nắng nhiều nên đen _____.

7) Tôi không hiểu, anh nói chậm _____.

8) Gần đây mẹ tôi già _____.

9) Chăm chỉ làm việc ông ấy giàu _____.

10) Mệt mỏi quá! Sống chậm _____.

11) Chia tay bạn gái gần một năm. Bây giờ, tôi đã vui _____.

12) Tinh thần thoải mái chị ấy trông khỏe _____.

13) Dạo này, tôi ăn nhiều quá nên mập _____.

14) Ồn ào quá! Mở nhạc nhỏ _____.

2. Dựa vào các tình huống cho sẵn, hãy sử dụng "nhờ" để trả lời câu hỏi（請用「**nhờ**」，依照下列情境寫出相應的回答）

1) Bạn đang ở khách sạn. Bạn muốn gọi tắc xi, bạn nói thế nào?

   Nhờ cô _____

2) Bạn bị cảm nhưng không gặp được cô giáo. Bạn cần làm gì?

   Nhờ bạn _____

3) Bạn ra khỏi nhà nhưng quên khóa cửa nhà. Bạn cần gọi về nhà cho mẹ và nói thế nào?

   Nhờ mẹ _____

4) Máy tính của bạn bị hỏng nhưng bạn không biết lý do. Bạn nói thế nào?

   Nhờ bạn _____

3. Hãy sắp xếp các từ cho sẵn thành câu đúng（請將下列單字排列成正確的句子）

1) bia Sài Gòn / tôi / vài / thêm / ly / nữa / muốn / gọi

   _____

2) nói tiếng Việt / tôi / cần / của mình / hơn / cải thiện / cố gắng / nữa / khả năng

   _____

3) này / chúng tôi / xong / bài / trong / nữa / 5 ngày / phải / báo cáo / hoàn thành

   _____

4) ngành / sinh viên / nữa / đã / thông minh / lại còn / chăm chỉ / Đông Nam Á

   _____

4. Bài tập đánh máy vi tính: Hãy viết một bài văn ngắn miêu tả về một người quan trọng nhất đối với bạn（打字練習：請寫一則短文描述您最重要的人）

Tục ngữ: "Trông mặt mà bắt hình dong"
諺語：以貌取人

Bài 11

Kỳ Nghỉ

假期

Tiểu Vy:　Tớ nghe nói, đã có danh sách học bổng kỳ này rồi đấy. Đã ai *lấy* được tiền học bổng chưa ha?

Lê Thành:　Chưa, mình *đâu* có biết gì về vụ học bổng này. Tan học, chúng mình lên văn phòng khoa hỏi xem thế nào nhé.

Tiểu Vy:　Ừ. Mà cuối tuần này chúng mình lên lịch đi chơi nha? Tháng sau là bận thi lắm đó.

Lê Thành:　Còn có vụ đi chơi sao?

Tiểu Vy:　Ai đã *từng* đến khu The Moonlight ở ngoại thành chưa?

Lê Thành:　Nghe tên lạ quá! Cậu đi rồi hả?

Tiểu Vy:　Không, mình đã tới đó bao giờ *đâu*. Nghe nói đấy là khu cắm trại, rất phù hợp với sinh viên.

Lê Thành:　Thế mình rủ cả các bạn khác nữa, đi chơi đông cho vui nhé?

Tiểu Vy:　Ừ, bạn. Chúng ta sẽ đi từ sáng sớm thứ 7 tới chiều chủ nhật về nhé?

Lê Thành:　Ừ. Nơi đấy thế nào?

Tiểu Vy:　Đó là một căn nhà nhỏ mà xinh. Chúng ta có thể *tự* nấu nướng *lấy*, có thể nướng thịt ngoài trời và đốt lửa trại. Nơi đó cách trường học chừng 40 ki-lô-mét. Bọn mình *tự* đi xe máy cho chủ động nhé?

Lê Thành:　Được. Mình cũng không thích đi xe buýt đâu. Mình sẽ nhận trách nhiệm mua *tất cả* vật dụng và đồ ăn cho *cả* 2 ngày.

Tiểu Vy:　Mình đồng ý 2 tay luôn.

Dựa vào nội dung của bài hội thoại, trả lời các câu hỏi sau đây
（請閱讀會話內容並回答問題）

1. Tiểu Vy và Lê Thành dự định làm
   gì sau khi tan học?

2. Họ dự định đi chơi vào tháng sau,
   phải không?

3. Chỉ có hai người là Tiểu Vy và Lê
   Thành đi du lịch thôi, phải không?

4. Ngoài nướng thịt ra, họ còn định
   làm gì?

5. Tại sao họ không thích đi xe buýt?

Từ Mới 生詞 ▶MP3-11.2

danh sách	名單	cắm trại	露營
học bổng	獎學金	phù hợp	符合
văn phòng	辦公室	triển khai	展開
lên lịch	計劃	đông	多
ngoại thành	郊外；郊區	hoạt động	活動
lạ	奇怪	nấu nướng	烹飪
khu / khu vực	地區	đốt lửa trại	生營火
trách nhiệm	責任	vật dụng	用品

Ngữ Pháp 文法

1. 主詞 **+ tự / lấy +** 動詞：用於表示行為者自己的動作，類似於中文的「自己做（某事）」。

> 主語 **+ tự +** 動詞
> 主語 **+** 動詞 **+ lấy**
> 主語 **+ tự +** 動詞 **+ lấy**

例句　· Tôi tự nấu cơm mỗi ngày. / Tôi nấu lấy cơm mỗi ngày. / Tôi tự nấu lấy cơm.

我每天自己煮飯。

2. từng：時態動詞，放在動詞前面，表達從前發生過的事情，也可以說「**đã từng**」，類似於中文的「曾經」。

> **từng +** 動詞

例句　· Tôi từng là sinh viên xuất sắc. 我曾經是一個優秀的學生。

· Tôi đã từng đi du lịch một mình đến nhiều nơi.

我曾經一個人到很多地方旅行。

3. đâu：副詞，類似於中文「完全沒有、沒有」，在口語表現中用於強調否定。

例句　· Tôi đâu có biết nơi đó thật buồn chán.

我不知道那個地方這麼無聊。

· Tôi đâu có thời gian để hưởng thụ cuộc sống.

我沒有時間享受生活。

4. cả / tất cả：量詞，類似於中文的「整個、所有」。

$$\boxed{\text{cả / tất cả + 名詞}}$$

- **cả**：放在名詞前面，且該名詞為一個集體的名詞，以表示整個群體，例如：「cả gia đình」（整個家庭）、「cả nước」（整個國家）、「cả trường」（整個學校）……。

補充 ▶ 「cả trường」（整個學校）用於強調一整間學校，包含學生、老師和行政人員等。

例句 ▶ ・Cả trường Đại học Chính Trị nghỉ học một hôm.
整個政大都放假一天。

- **tất cả**：放在名詞前，且該名詞為單一個體，以強調全部的數量，例如：「tất cả quyển sách」（全部的書），「tất cả các em」（全部的學生），「tất cả những người này」（所有人）……。

補充 ▶ 「tất cả các trường」（所有學校）用來強調全部的學校，包含臺大、政大、清大等。

例句 ▶ ・Tất cả các trường đều nghỉ học một ngày vào ngày Quốc khánh.
所有學校都在國慶日休息一天。

Luyện Nói 口說練習

1. Hãy sử dụng trợ từ phủ định "đâu" để thực hành nói (nhớ chú ý đến ngữ điệu)（請用「**đâu**」進行口說練習（請注意語調））

Ví dụ: Bạn có biết tiếng Pháp không?

- Tôi đâu có biết tiếng Pháp nhưng tôi biết tiếng Anh.

1) Cậu có biết là lớp chúng ta sẽ tổ chức đi dã ngoại vào cuối tuần không?

2) Tại sao bạn lại không đến lớp học?

3) Bà đồng ý cho tôi mượn tiền chứ?

4) Tôi nghe nói anh ta nhận được học bổng du học ở Anh.

5) Họ có mời anh tham gia tiệc nướng thịt không ha?

6) Anh ta thường xuyên đến muộn.

7) Mùa đông ở Đài Bắc lạnh lắm ấy.

8) Chiếc váy này mắc quá!

Ngữ Vựng 詞彙運用

1. **Dựa vào nội dung của bài hội thoại, hãy lựa chọn từ (các từ) gần nghĩa nhất để thay thế vào từ gạch chân**（請根據會話內容，勾選出與劃線單字相似的詞彙）

   1) Đã ai lấy được tiền học bổng chưa **_ha_**?

      ☐ A. nhé   ☐ C. không

      ☐ B. đấy   ☐ D. nha

   2) Còn có **_vụ_** đi chơi sao?

      ☐ A. điều   ☐ C. cái

      ☐ B. thể   ☐ D. việc

   3) Ai đã từng đến khu The Moonlight ở **_ngoại thành_** thành phố chưa?

      ☐ A. chỗ   ☐ C. ngoài

      ☐ B. ngoại   ☐ D. nơi

   4) Nghe nói đấy là khu cắm trại, rất **_phù hợp_** với sinh viên.

      ☐ A. thích   ☐ C. thích hợp

      ☐ B. yêu   ☐ D. thoải mái

   5) Mình rủ cả các bạn khác nữa, đi chơi **_đông_** cho vui.

      ☐ A. nhiều nơi   ☐ C. đủ

      ☐ B. nhiều người   ☐ D. thật

   6) Đó là một căn nhà nhỏ **_mà_** xinh.

      ☐ A. nhưng   ☐ C. thế

      ☐ B. và   ☐ D. vậy

2. Hãy điền từ thích hợp vào chỗ trống（請將適當的單字填入下列空格）

lên lịch	phù hợp	đông
nấu nướng	cắm trại	hoạt động

1) Được nghỉ học nhiều ngày, chúng tôi lên lịch đi _____ ở Nghi Lan.

2) Cô ấy rất _____ với nhiệm vụ công việc mà giám đốc giao.

3) Tôi rất thích tham gia các _____ của khoa và trường.

4) Mẹ tôi rất thích _____ vào các ngày cuối tuần.

5) Trước khi đi công tác nước ngoài, bạn nên _____ kỹ càng để mọi việc được suôn sẻ hơn.

6) Ở Đài Loan có rất _____ người Việt Nam đến đây để học tập và làm việc.

Luyện Nghe 聽力練習　　　　　▶MP3-11.3

1. Hãy nghe rồi lựa chọn đáp án đúng nhất（請聆聽音檔並勾選出最符合的答案）

1)

☐ A. 1 tuần　　　　　☐ C. 3 tuần

☐ B. 2 tuần　　　　　☐ D. 4 tuần

2)

☐ A. 1 tuần　　　　　☐ C. 3 tuần

☐ B. 2 tuần　　　　　☐ D. 4 tuần

Luyện Viết 寫作練習

1. Hãy sử dụng cấu trúc ngữ pháp "... tự ... lấy ... / ... tự ... / ... lấy ..." để viết lại câu（請用文法結構「... **tự** ... **lấy** ... / ... **tự** ... / ... **lấy** ...」重新造句）

Ví dụ: Chị ấy đi chợ và nấu cơm để mời khách.

→ Chị ấy tự đi chợ và nấu cơm để mời khách.

1) Nam học tiếng Việt và tiếng In-đô, mà nói đều rất tốt.

_____

2) Mai tập đánh đàn piano nhưng chơi rất khá.

_____

3) Mỗi ngày mẹ Nga lái xe để đưa các con đến trường học.

_____

4) Trẻ con ở nông thôn Việt Nam biết tắm và gội đầu từ rất sớm.

_____

5) Khi đi du lịch, gia đình tôi thường đặt khách sạn qua mạng.

_____

6) Mẹ tôi rất già nhưng bà ấy vẫn may được quần áo để mặc.

_____

7) Khi Mai 18 tuổi, Mai sang nước ngoài du học một mình.

_____

8) Bố mẹ tôi để con cái quyết định tương lai của mình.

_____

2. Hãy điền từ vào chỗ trống với "cả / tất cả"（請將「**cả / tất cả**」填入下列空格）

1) Tôi muốn dành _____ ngày cuối tuần để chơi với con cái.

2) Em ơi, đồ của anh hết bao nhiêu tiền?

   - Đồ của anh, _____ hết 500 ngàn ạ.

3) Cuối tuần này, _____ gia đình tôi sẽ đi nghỉ dưỡng ở Hoa Liên.

4) _____ các em đã sẵn sàng cho kỳ thi cuối kỳ chưa?

5) _____ mọi người trong lớp học đều biết chuyện của gia đình Na.

6) Tôi muốn mua _____ những loại mỹ phẩm này.

7) Năm nay, mưa _____ tháng bảy nên nhiều người cảm thấy khó chịu.

8) Từ Đài Bắc đi Cao Hùng, nếu đi tàu cao tốc thì cần _____ là hơn 2 giờ đồng hồ.

9) Bạn ấy đang nằm viện, _____ chúng tôi đều rất lo cho bạn ấy.

10) Tôi yêu _____ các thành viên trong gia đình tôi.

3. Dựa theo các câu trả lời cho sẵn, hãy đặt câu hỏi（請根據答句，寫出相應的疑問句）

1) _____?

Tôi đã từng đi Hà Nội, Đà Nẵng, và Nha Trang. Tất cả các nơi đó đều rất đẹp.

2) _____?

Tôi đã từng ăn bún chả Hà Nội vài lần rồi, không thể chê vào đâu được.

3) _____?

Tôi đã từng gặp cô ấy. Cô ấy rất tốt bụng và thân thiện.

4) _____?

Tôi chưa từng uống bia Sài Gòn nhưng tôi nghe nói mùi vị rất đặc biệt.

4. Bài tập đánh máy: Hãy viết một bài văn ngắn trình bày những trải nghiệm của bản thân khi đi du lịch（打字練習：請寫一則短文描述你的旅遊經驗）

Nha Trang

Bài 12

Tết Nguyên Đán

農曆新年

Ý Kiến Cá Nhân 個人意見

1. Theo bạn, trên thế giới, có những quốc gia nào cùng đón Tết Nguyên đán?

2. Hãy chia sẻ những phong tục truyền thống đặc biệt của người Đài Loan trong ngày Tết dân tộc này.

3. Em biết gì về Tết cổ truyền của người Việt? Hãy chia sẻ.

Hội Thoại 會話 ▶MP3-12.1

Ngọc: Dì út đang làm gì đấy?

Dì Hoa: Bé Ngọc tới nhà chơi đó hả? Dì đang kho cá.

Ngọc: Chà, món cá kho mà con thích đấy mà.

Dì Hoa: Tết nào cũng vậy, không thiếu nồi cá kho được.

Ngọc: Vừa *nghe* mùi thơm, con đã biết là ngon rồi!

Dì Hoa: *Thế còn* tối nay, con có rảnh không? Có muốn cùng dì trông nồi bánh tét không?

Ngọc: Có ạ. Con biết tối nay nhà mình luộc bánh tét, nên con mới sang nhà ngoại đấy.

Dì Hoa: Giỏi ha! Cái mặt *trông* thông minh *ấy*, *hèn chi* ngoại cưng bé Ngọc nhất nhà.

Ngọc: Ủa, mọi năm nhà mình chơi hoa mai vàng truyền thống mà. Sao năm nay có cây hoa đào đẹp *quá trời*. *Giống hệt như* không khí Tết Nguyên đán ở miền Bắc. Ai mua vậy, dì út?

Dì Hoa: Con cứ ngắm thoải mái nhưng đừng thắc mắc.

Ngọc: Sao *nghe* bí mật vậy? Con đoán là của chú Minh, người yêu dì à?

Dì Hoa: Bí mật không thể tiết lộ.

Ngọc: Ngày Tết, dì đưa con đi lễ chùa cùng nha? Năm nay thi vô đại học, con muốn mình sẽ đạt được kết quả thật tốt.

Dì Hoa: Chúng ta sẽ cùng đi chùa, cầu bình an và may mắn cho cả gia đình mình.

Ngọc: Con mong cho năm tới, dì út sẽ lên xe hoa nữa.

Dì Hoa: Lại chọc dì. Trưa nay, dì đãi bé Ngọc món canh cá chua nha, thích không?

Ngọc: Con thương dì út lắm *ấy* (hihi). Bây giờ, con ra vườn ngắm hoa đây, hoa trong vườn nở đẹp *quá trời*!

Dựa theo nội dung của đoạn hội thoại, hãy trả lời các câu hỏi sau đây (請閱讀會話內容並回答問題)

1. Mối quan hệ giữa Ngọc và Hoa là gì? Họ ở chung nhà hay khác nhà?

2. Tối nay, nhà Hoa có hoạt động gì?

3. Mọi năm, họ đều có chưng hoa đào vào ngày Tết, phải không?

4. Hoa Đào năm nay do gia đình họ mua, phải không?

5. Lí do dì Hoa và Ngọc muốn đi lễ chùa vào ngày Tết?

6. Ngọc mong điều gì tốt đẹp sẽ đến với Hoa trong năm mới?

Từ Mới 生詞 ▶MP3-12.2

cá kho	紅燒魚	cưng	寵愛；疼愛
thiếu	缺少；欠缺	hoa mai vàng	黃梅花
nồi	鍋子	đãi / thiết đãi	款待；請客
ưng	很喜歡	cây hoa đào	桃花
trông	顧；看（家）	tiết lộ	洩漏；透露
bánh tét	越式粽子	ngắm	看；觀賞
luộc	水煮	thắc mắc	疑慮；好奇
ghê / ghê gớm	屬害；不得了 （表示程度極深）	bí mật	祕密

Ngữ Pháp 文法

1. thế còn: thường đứng đầu câu, dùng trong văn nói khi người nói muốn hỏi dò thông tin và tiếp tục câu chuyện.

口語表現，類似中文的「那、那麼」，放在句子前面，以表達說話者想向聽者詢問資訊或想與聽者繼續談話。

例句 ▸ · Mình tên là Tâm. Thế còn bạn, tên là gì?

我叫阿心。那你呢，你叫什麼名字？

· Thế còn tối nay, em có rảnh không? 那今天晚上你有空嗎？

2. "nghe / trông": là động từ đặt trước tính từ và thường kết hợp với cụm từ "có vẻ".

動詞，放在形容詞前面，且常與片語「có vẻ」結合使用，類似於中文的「聽／看」。

- **"nghe":** có nghĩa là "có cảm giác với một cái gì đó" thông qua giác quan.

聽，透過耳朵聽到。

- **"trông":** có nghĩa là "nhận thấy bằng mắt" thông qua biểu hiện bên ngoài của con người hay sự vật.

看，用眼睛感知人、物的外在表現。

nghe / trông + 形容詞

例句 ▸ · Cái mặt trông thông minh ấy. 一臉看起來很聰明。

· Chuyện gì mà sao nghe bí mật vậy?

什麼事情聽起來那麼神祕？

· Em ấy trông rất buồn. 他看起來很難過。

3. hèn chi: sử dụng trong văn nói, dùng để giải thích điều vừa đề cập tới là lẽ tất nhiên, không phải ngạc nhiên. Nó có nghĩa gần giống với: hèn nào, hèn gì, thảo nào.

口語表現，類似於中文「難怪、這就是原因」，與「hèn nào / hèn gì / thảo nào」的用法相同。用於解釋前面提到的內容為事實，且並不感到意外。

例句

· Cái mặt trông thông minh ấy. Hèn chi ngoại cưng cái Ngọc nhất nhà.

一臉看起來那麼聰明，難怪外公外婆最疼小玉。

· Nhà nó giàu, hèn chi nó mặc toàn quần áo mắc tiền.

他家很有錢，難怪他全身上下都是昂貴的衣服。

4. ấy: là trợ từ đặt ở cuối câu dùng để nhấn mạnh đối tượng của hành động hay sự vật.

放在句尾，用來強調動詞／事物使用的對象。

例句

· Cái mặt trông thông minh *ấy*. 他一臉看起來很聰明。

· Nó đang bận làm gì ấy. 他在忙什麼？

· Nó nói cái gì ấy, tôi không hiểu. 他說什麼？我不了解。

· Cái ngày gì ấy, xui xẻo quá! 這什麼日子，太倒霉了！

5. quá trời: từ khẩu ngữ Nam bộ, dùng để biểu thị một trạng thái ngạc nhiên, cái gì đó quá mức thông thường.

南部方言，用於表達驚訝、超乎平常，類似於中文的「太、非常」。

例句

· Năm nay nhà có cây hoa đào đẹp quá trời!

今年家裡有非常美的的桃花樹。

· Thằng bé nhận tiền lì xì, vui quá trời ha!

男孩收到了壓歲錢，太開心了！

Luyện Nói 口說練習

1. Hãy thay thế những từ gạch chân trong các mẫu câu bằng cách sử dụng các từ cho sẵn bên dưới（請依照範例將劃底線之詞語用下列題目的詞語替換改寫）

A. Món nem rán / hấp dẫn

→ Món nem rán trông có vẻ hấp dẫn.

1) Cái váy / không đẹp

   _____

2) Em ấy / mệt mỏi và buồn ngủ

   _____

3) Con người ấy / hiền lành và tốt bụng

   _____

4) Anh ta / giàu có và đa tình

   _____

B. Tính tình của cô ta / kỳ lạ

→ Tính tình của cô ta nghe có vẻ kỳ lạ.

1) _____

   Tình hình sức khỏe của bà ngoại / khả quan hơn

2) _____

   Tính cách của anh ta / nham hiểm

3) _____

   Khủng bố ở châu Âu / sợ hãi

4) _____

   Cuộc sống của họ ở nước ngoài / bận rộn

C. Hạ Long đẹp.

→ Hạ Long đẹp quá trời!

1) _____

Thi xong, tinh thần thoải mái.

2) _____

Mỗi khi mẹ vắng nhà, cậu bé khóc.

3) _____

Nghe xong hoàn cảnh gia đình của cậu ấy, mình buồn.

4) _____

Bị cô giáo gọi lên bảng, mình run.

2. **Dùng "thế còn", hãy thực hành nói theo mẫu câu**（運用文法結構
「**thế còn**」，依照範例進行口說練習）

VD. Trời mưa to rồi / kế hoạch đi leo núi, chúng ta hủy chứ?

→ Trời mưa to rồi. Thế còn kế hoạch đi leo núi, chúng ta hủy chứ?

1) Kỳ học sắp bắt đầu rồi đấy / giáo trình các môn học tiếng Việt, chúng ta mua ở đâu vậy?

2) Mẹ mình nghỉ hưu rồi / mẹ bạn, bà ấy đã nghỉ hưu chưa?

3) Anh trai mình lấy vợ và có 2 đứa con rồi / chị gái bạn, chị ấy lấy chồng chưa?

4) Sắp tới là buổi tiệc liên hoan đầu xuân / công tác chuẩn bị, đã xong chưa?

Ngữ Vựng 詞彙練習

1. Dựa vào nội dung của bài hội thoại, hãy lựa chọn từ (các từ) gần nghĩa nhất để thay thế vào từ gạch chân（請根據會話內容，勾選出與劃線單字相似的詞彙）

1) Dì út đang làm gì **_đấy_** ?

    ☐ A. đó   ☐ C. vậy

    ☐ B. thế   ☐ D. cả A/B/C đúng

2) Có muốn cùng dì **_trông_** nồi bánh tét không?

    ☐ A. coi   ☐ C. ngắm

    ☐ B. nhìn   ☐ D. thấy

3) Con biết tối nay nhà mình luộc bánh tét, nên con mới sang nhà ngoại **_đấy_**.

    ☐ A. đó   ☐ C. thôi

    ☐ B. nhỉ   ☐ D. vậy

4) **_Hèn chi_** ngoại cưng cái Ngọc nhất nhà.

    ☐ A. hèn gì   ☐ C. thảo nào

    ☐ B. hèn nào   ☐ D. Cả A/B/C đúng

5) **_Giống hệt như_** không khí Tết Nguyên đán ở miền Bắc.

    ☐ A. giống với   ☐ C. y hệt

    ☐ B. giống như   ☐ D. Cả A/B/C đúng

6) Bây giờ con ra vườn ngắm hoa đây, hoa trong vườn nở đẹp **_quá trời_**!

    ☐ A. rất   ☐ C. hơi

    ☐ B. lắm   ☐ D. khá

2. Dùng các từ điền từ "trông, tiết lộ, đoán, ngắm, cưng, thắc mắc" để điền từ vào chỗ trống（請將「**trông / tiết lộ / đoán / ngắm / cưng / thắc mắc**」填入下列空格。）

1) Do không hiểu nên tôi rất _____ về vấn đề này.

2) Tôi _____ là hôm nay cô ấy sẽ mặc chiếc váy màu hồng.

3) Đó là việc quan trọng, không được _____ với bất cứ ai.

4) Khi cô giáo đi dạy, bà ngoại ở nhà _____ em Kiến Thành.

5) Ba mẹ luôn _____ yêu con cái của mình.

6) Phong cảnh ở đây rất đẹp, _____ hoài mà không chán.

Luyện Nghe 聽力練習   ▶MP3-12.3

1. Hãy nghe và điền từ vào chỗ trống（請聆聽音檔並填空）

Tiểu My là _____ Đây là lần đầu tiên Tiểu My được ăn Tết ở Việt Nam. Cô ấy muốn biết rõ hơn về văn hóa ngày Tết của người Việt. My đã hỏi Mai, một người bạn thân của mình.

- Tiểu My: Mai ơi! Vào _____, người Việt thường làm gì?

- Mai: _____ thì mọi người thường _____. Tết chính là dịp để cả gia đình _____ với nhau. Ngày mùng một Tết mọi người thường đi _____ ông bà bên nội của mình, nên được gọi là "mùng 1 Tết cha".

- Tiểu My: Vậy, các ngày còn lại thì sao?

- Mai: Ngày mùng hai, mọi người đi chúc Tết _____ nên gọi lại "mùng 2 Tết mẹ". Vào ngày mùng ba, học sinh thường đến nhà _____ và _____ nên gọi là "mùng 3 Tết thầy".

- Tiểu My: Giờ thì mình đã hiểu vì sao văn hóa truyền thống của Việt Nam lại _____ đến như vậy.

Luyện Viết 寫作練習

1. Hãy hoàn thành câu với "thế còn" （請用「**thế còn**」完成句子）

VD. Tuần sau Nga lấy chồng đấy. _____?

→ Tuần sau Nga lấy chồng đấy. Thế còn bạn, bao giờ đến lượt bạn đây?

1) Em có visa sang Việt Nam du lịch rồi đấy. _____

_____?

2) Watsons đang khuyến mãi nhiều mặt hàng mỹ phẩm đấy._____

_____?

3) Sinh viên của tôi mới thi đạt chứng chỉ năng lực tiếng Việt trình độ C

đấy. _____?

4) Nghe nói bạn từng đi vịnh Hạ Long rồi. _____?

5) Cái váy size S này chật cứng. _____?

6) Như Ý có thể giao tiếp tốt bằng tiếng Việt rồi đấy. _____

_____?

7) Tôi thấy phương án này có vẻ không khả quan. _____

_____?

8) Em trai tôi cũng thi đỗ vào Đại học Chính trị đấy. _____

_____?

2. Dùng "hèn chi" để hoàn thành mẫu hội thoại sau （請用「**hèn chi**」完成下列對話）

VD. Tối qua bạn làm báo cáo nên tôi ngủ có 4 tiếng à.

→ Hèn chi trông bạn buồn ngủ thế.

1) Chị ấy tập yoga đều đặn nên trông trẻ hơn 10 tuổi.

_____

2) Gia đình họ đi du lịch vòng quanh châu Âu cả tuần nay rồi.

_____

3) Anh ta mới chia tay người yêu nên tâm trạng không tốt.

_____

4) Nghe nói ngày mai Đài Loan có siêu bão.

_____

5) Ba mẹ nhắc nhở tôi là phải cẩn thận với anh ta.

_____

6) Ông già nghèo ấy mới trúng giải xổ số độc đắc.

_____

7) Mai học chuyên ngành tiếng Việt ở Đài Loan 4 năm trước khi đi du học nước ngoài.

_____

8) Cậu ấy mua sô-cô-la tặng cho Ngọc Anh.

_____

3. Hãy viết câu trả lời với trợ từ "ấy" ở cuối câu（請用句末助詞「**ấy**」回答問題）

VD. Đâu là nhà của anh?

→ - Là căn nhà màu xanh, nhỏ mà xinh ấy.

1) Uống thuốc thế nào vậy?

_____

2) Tùng trông như thế nào?

_____

3) Quanh đây có tiệm photocopy nào không ha?

_____

4) Cô giáo bạn là cô mặc váy xanh hay váy vàng?

_____

5) Tòa nhà Đạo Phồn là tòa nào nhỉ?

_____

6) Sao lúc nào cũng thấy cậu bận thế?

_____

7) Tại sao cô ấy không trả lời tin nhắn của tôi?

_____

8) Lâu lắm rồi không thấy cậu ấy ghé quán ăn nhà mình nhỉ?

_____

4. Đặt câu với các từ cho sẵn（請用下列詞語造句）

(1) ... ấy; (2) thế còn ...; (3) ưng; (4) nghe + có vẻ + tính từ;
(5) trông + có vẻ + tính từ; (6) hèn chi; (7) chơi + danh từ;
(8) giống hệt như

_____

_____

_____

_____

_____

_____

5. Bài tập đánh máy: Hãy so sánh sự giống nhau và khác nhau giữa văn hóa ngày Tết của người Đài Loan và người Việt Nam（打字練習：請寫一則文章比較臺灣與越南新年文化之異同）

Bài 13

Dự Tiệc

參與聚會

Ý Kiến Cá Nhân 個人意見

1. Bạn có cho rằng tiệc sinh nhật rất quan trọng đối với mỗi người không? Hãy chia sẻ ý kiến cá nhân.

2. Theo em, văn hóa bàn tiệc là gì? Nó có liên quan gì đến văn hóa, tập quán của mỗi quốc gia?

3. Bạn đã tìm hiểu qua về văn hóa bàn tiệc của người Việt Nam chưa? Nếu có, hãy trình bày sự khác biệt giữa văn hóa bàn tiệc của người Đài Loan và Việt Nam.

Hội Thoại 會話   ▶MP3-13.1

Mỹ Linh: Chào các bạn, hôm nay ai cũng xinh đẹp ha! Chúc mừng sinh nhật Thục Anh nha!

Hoài An: Ai mà đẹp quá trời! Chúc mừng sinh nhật Thục Anh nha!

Thục Anh: Cảm ơn các cậu. *Mà* hôm nay phải thật vui đấy!

Mỹ Linh: Sinh nhật cô bạn thân, tất nhiên là bọn mình vui rồi. Nhà bạn có khách đến *kìa*.

Thục Anh: Vậy mình ra đón khách, nói chuyện sau ha.

Hoài An: Linh nè, buổi tiệc hôm nay đều do bạn trai của Thục Anh trang trí à?

Mỹ Linh: Đúng rồi. Ban đầu, anh ấy muốn tổ chức ở nhà hàng *kia*, nhưng Thục Anh không thích lãng phí tiền bạc nên tổ chức tại nhà.

Hoài An: Ảnh của Thục Anh, trông bức nào bạn ấy *cũng* tươi tắn và rực rỡ *như* hoa ấy. Mình là con gái ngắm hoài mà không chán ấy.

Mỹ Linh: Cậu khen Thục Anh thì chắc phải mất cả ngày. *Mà* cậu thử chút đồ uống và bánh ngọt đi, rất tuyệt!

Hoài An: Được, cám ơn cậu. *Mà* sao cậu không diện chiếc váy trắng mới mua tuần trước?

Mỹ Linh: Chiếc váy đó đẹp, *vậy mà* mình quên chưa giặt nên mặc tạm cái bộ jumpsuit này.

Hoài An: Bộ jumpsuit này cũng rất đẹp *mà*, trông vừa trẻ trung vừa sang trọng.

Mỹ Linh: Thật hả? *Thế mà* má mình cứ nói mặc cái này trông già.

Hoài An: Mặt bạn như trẻ con thế *kia,* thì già sao được.

Mỹ Linh: Thật không? Cám ơn bạn.

Dựa theo nội dung của đoạn hội thoại, trả lời các câu hỏi sau đây
（請閱讀會話內容並回答問題）

1. Mối quan hệ giữa Mỹ Linh, Hoài An và Thục Anh?

2. Tại sao họ lại tổ chức tiệc sinh nhật tại nhà?

3. Thục Anh trông như thế nào?

4. Lí do Mỹ Linh không mặc chiếc váy mới mua khi đi dự tiệc?

5. Hoài An đã nói gì về trang phục của Mỹ Linh ngày hôm đó?

144

Từ Mới 生詞			▶MP3-13.2
trang trí	裝飾；布置	chán	無趣；厭膩
tổ chức	組織；舉辦	khen	稱讚；誇獎
tiền bạc	金錢	trẻ trung	年輕
tươi tắn	清新；亮麗	sang trọng	高貴；奢華
rực rỡ	燦爛；耀眼	lát / lát nữa	待會兒

Ngữ Pháp 文法

1. kia: trợ từ khẩu ngữ, dùng để biểu thị ý "nó là cái này, chứ không phải cái khác", có nghĩa gần giống với cơ.

助詞，口語表現，用以表示「是這樣，而非其他」，與「cơ」的用法相同。

例句
- Mình thực sự thích chiếc váy xinh đẹp của mình kia.

   我真的很喜歡我那件漂亮的裙子。

- Ban đầu, anh ấy định tổ chức ở nhà hàng kia.

   一開始，他決定在那間餐廳舉行。

2. thế mà / vậy mà / ấy thế mà

- **A thế mà / vậy mà / ấy thế mà B:** dùng để nối hai mệnh đề với nhau, biểu thị B là trái ngược với A, giống như cấu trúc "A nhưng B".

   連接 A 句及 B 句時使用，表示 B 句是 A 句的反義；用法與「A nhưng B」相同。

> **A, thế mà / vậy mà / ấy thế mà B**

例句
- Cậu ấy còn rất trẻ, vậy mà suy nghĩ rất chững chạc.

   他還很年輕，思想卻很成熟。

- Chiếc váy đó đẹp, vậy mà mình quên chưa giặt nên mặc tạm cái bộ jumpsuit này.

   那件裙子很漂亮，但我忘記洗了，所以我先暫時穿這件連身衣。

- **thế mà / vậy mà / ấy thế mà:** đặt ở đầu câu, dùng trong đối thoại để biểu thị ý ngạc nhiên.

   口語表現，中文意思是「然而」。放在句首以表示對某事感到驚訝。

例句
- A: Bộ jumpsuit này cũng rất đẹp mà, trông vừa trẻ trung vừa sang trọng.

   這件連身衣也很漂亮啊！看起來既年輕又優雅。

   B: Thật hả? Thế mà má mình cứ nói mặc cái này trông già.

   真的假的？但我媽媽一直說穿這件看起來很老氣。

3. mà

- **mà (khẩu ngữ):** ngữ khí từ, dùng ở cuối câu trong lối nói lửng, với hàm ý khẳng định hoặc giải thích vào cái ý vừa nói trước đó.

口語表現，語氣詞，中文意思是「啊」。放在句尾以表示對先前的想法肯定或解釋前因。

例句 ▸ · Ủa, mọi năm nhà mình chơi hoa mai vàng truyền thống mà.

嗯，我們家每年都會賞玩傳統黃梅花啊。

· Bộ jumpsuit này cũng rất đẹp mà. 這件連身衣也很好看啊。

- **mà:** khi đặt ở đầu câu dùng để nhấn mạnh ý tưởng của người nói và mong muốn được tiếp tục cuộc trò chuyện.

放在句首，類似於中文的「而且，除此之外」，用於強調說話者的想法，以持續話題。

例句 ▸ · Được, cám ơn cậu. Mà sao cậu không diện chiếc váy trắng mới mua tuần trước?

好，謝謝你。那你為什麼沒穿上週買的那件白色裙子？

· Trời sắp mưa lớn rồi. Mà sao bạn còn chưa đi?

快下大雨了。你怎麼還沒走？

4. cũng ... như / bằng: cấu trúc dùng để khẳng định sự giống nhau về hiện tượng, trạng thái hay tính chất giữa A và B.

類似於中文的「也和……一樣……」，用以強調兩者的相似性。

```
A cũng + 形容詞 + như / bằng B
```

例句 ▸ · Lúc nào bạn ấy cũng tươi tắn và rực rỡ như hoa ấy.

無論何時他都像花一樣清新奪目。

· Chiếc váy này cũng đẹp và lộng lẫy bằng chiếc váy kia.

這件裙子也跟那件裙子一樣華麗。

Luyện Nói 口說練習

1. Hãy thực hành nói theo mẫu câu bằng cách thay thế những từ cho sẵn vào các từ gạch chân（請依照範例將下列詞語替換並進行口說練習）

VD. Món nem rán / không chán

→ Mình <u>ăn món nem rán</u> hoài mà <u>không chán</u>.

1) Nói / không nghc

2) Giải thích / không hiểu

3) Ăn / không hết

4) Nhắc nhở / không nghe

2. Luyện nói theo cặp, hãy thêm từ "kia" vào các câu bên dưới (chú ý nói đúng ngữ điệu)（兩人一組，在下列句子中添加「**kia**」並進行口說練習（須注意語調））

1) A: Bạn thích ăn bánh mì thịt, phải không?

   B: Không, mình thích ăn bánh mì trứng.

2) A: Cô ấy tên là Hoa, phải không?

   B: Không, cô ấy tên là Hương.

3) A: Trung tâm mua sắm này không có chỗ để gửi xe.

   B: Bạn phải ra siêu thị bên cạnh.

4) A: Tôi tưởng cuối tuần này, bạn đi du lịch với gia đình rồi.

   B: Không phải, là chủ nhật tuần sau.

5) A: Mình đang chờ bạn ở trước rạp chiếu phim rồi.

   B: Phim bắt đầu chiếu lúc 8 giờ. Mình đang trên đường tới.

6) A: Tôi tìm sách ở trên mạng mà không có.

   B: Ở hiệu sách mới bán.

7) A: Mẹ đã chuẩn bị hành lý cho con rồi đấy.

   B: Tuần sau con mới bay.

8) A: Tôi mua giúp bạn một cái bánh chưng rồi.

   B: Mình muốn mua bánh tét, chứ không phải bánh chưng đâu.

3. Luyện nói theo cặp, hãy thêm từ "mà" vào các câu bên dưới (chú ý nói đúng ngữ điệu) （兩人一組，在下列句子中添加「**mà**」並進行口說練習（須注意語調））

1) A: Đi ăn ẩm thực Việt Nam mà không rủ tớ.

   B: Mình rủ rồi. Tại bạn không nhớ đó.

2) A: Ối chao ôi! Bẩn hết cả quần áo rồi.

   B: Đã bảo rồi. Trời mưa, phải đi cẩn thận.

3) A: Bạn trả tớ quyển sách tiếng Việt chưa nhỉ?

   B: Mình trả bạn lâu lắm rồi.

4) A: Tớ không biết anh của Khánh là diễn viên nổi tiếng.

   B: Tớ nói bạn rồi. Bạn không tin đấy chứ.

5) A: Hương lại tới trễ. Hôm nay có cuộc họp quan trọng.

   B: Hôm qua mình đã gọi điện nhắc nhở đến đúng giờ rồi.

6) A: Bạn ấy đẹp trai thế mà vẫn chưa có người yêu.

   B: Tại bạn ấy kén chọn quá.

7) A: Bạn ấy xinh quá trời!

   B: Vì bạn ấy là hoa khôi của trường Đại học Chính Trị.

8) A: Sao bạn nói tiếng Việt khá thế?

   B: Vì mình học chuyên ngành Đông Nam Á.

Ngữ Vựng 詞彙運用

1. **Dựa vào nội dung của bài hội thoại, hãy lựa chọn từ (các từ) gần nghĩa nhất để thay thế vào từ gạch chân**（請根據會話內容，勾選出與劃線單字相似的詞彙）

1) Chào các bạn, hôm nay *ai cũng* xinh đẹp ha.

☐ A. tất cả   ☐ C. cả

☐ B. mọi người đều   ☐ D. tất cả các

2) Cảm ơn các bạn. Mà hôm nay phải thật vui *đấy*!

☐ A. đó   ☐ C. mà

☐ B. nhỉ   ☐ D. thế

3) Sinh nhật cô bạn thân, *tất nhiên* là phải vui rồi.

☐ A. dĩ nhiên   ☐ C. A/ B đúng

☐ B. đương nhiên   ☐ D. A/ B sai

4) Ban đầu, anh ấy muốn tổ chức ở nhà hàng *kia*.

☐ A. cơ   ☐ C. nhé

☐ B. nha   ☐ D. vậy

5) Thục Anh không thích *lãng phí* tiền bạc nên tổ chức tại nhà.

☐ A. tiết kiệm   ☐ C. sử dụng

☐ B. tốn kém   ☐ D. tiêu dùng

6) Mình là con gái ngắm *hoài* mà không chán.

☐ A. mãi   ☐ C. lắm

☐ B. rất   ☐ D. quá

7) Chiếc váy đó đẹp, *vậy mà* mình quên chưa giặt nên mặc tạm cái bộ jumpsuit này.

☐ A. thế mà   ☐ C. nhưng

☐ B. ấy thế mà   ☐ D. Cả A/B/C đúng

Ngữ Vựng 詞彙運用

8) Bộ jumpsuit này cũng rất đẹp mà, trông ***vừa*** trẻ trung ***vừa*** sang trọng.

☐ A. đã ... lại   ☐ C. cả ... mà

☐ B. đã ... chưa   ☐ D. đã ... nhưng

2. Sử dụng các từ cho sẵn bên dưới, hãy điền từ vào chỗ trống
（請將詞彙填入下列空格）

tổ chức	tiền bạc	khen	tươi tắn

1. Cô giáo luôn dành cho sinh viên những lời _____ tốt đẹp.

2. Vào ngày Tết, màu sắc _____ được người dân ưa dùng.

3. _____ là quan trọng nhưng không phải là tất cả.

4. Buổi tiệc được _____ theo phong cách châu Âu hiện đại.

Luyện Nghe 聽力練習   ▶MP3-13.3

---

1. Hãy nghe và lựa chọn đáp án đúng nhất. （請聆聽音檔並勾選出最符合的答案）

1)

☐ A. bạn học   ☐ C. đồng nghiệp

☐ B. người thân   ☐ D. hàng xóm

2)

☐ A. tiệc cưới   ☐ C. tiệc đính hôn

☐ B. tiệc sinh nhật   ☐ D. tiệc chia tay

3)

☐ A. tối qua   ☐ C. tối mai

☐ B. tối nay   ☐ D. ngày cuối tuần

Luyện Viết 寫作練習

1. **Theo mẫu, hãy hoàn thành câu với từ "mà" để biểu thị ý mong muốn tiếp tục cuộc trò chuyện**（依照範例，用「**mà**」完成句子以表示希望繼續對話的意願）

   VD. Căn phòng này có tiện nghi đầy đủ.

   Mà _____

   → Căn phòng này có tiện nghi đầy đủ. Mà đã có ai thuê chưa, hả bác?

   1) Bạn em vừa xinh vừa khéo léo.

   Mà _____?

   2) Sắp tới sinh nhật của con rồi nhỉ.

   Mà _____?

   3) Chiếc váy màu hồng rất hợp với cháu.

   Mà _____?

   4) Bạn nói tiếng Việt rất lưu loát.

   Mà _____?

2. **Hãy dùng "thế mà/ vậy mà/ ấy thế mà" và các cụm từ cho sẵn bên dưới để viết thành câu hoàn chỉnh**（請用「**thế mà / vậy mà / ấy thế mà**」與下方片語完成句子）

   VD. nói thật / không tin

   → Tôi nói thật, thế mà nó không tin.

   1) làm báo cáo cả tối / vẫn chưa xong

   _____

   2) đen / lại rất có duyên

   _____

   3) đường đông người / lái xe rất nhanh

   _____

4) nghèo / lại học giỏi

_____

5) vừa có người yêu / không vui

_____

6) rất tốt / lại không ưng

_____

7) bão to / vẫn đi tắm biển

_____

8) đã nhắc nhở nhiều lần / vẫn quên

_____

3. Hãy dùng " thế mà / vậy mà / ấy thế mà" để viết câu trả lời（請用「**thế mà / vậy mà / ấy thế mà**」回答問句）

VD. A: Đạt vừa đi du học về.

→ B: Thế mà mình không biết gì cả.

1) A: Tuần sau chúng ta thi giữa kỳ đấy.

B: Thế mà _____

2) A: Nghe nói Tuấn giành được học bổng đi du học Mỹ.

B: Vậy mà _____

3) A: Bạn hát rất hay.

B: Ấy thế mà _____

4) A: Trời mưa to quá.

B: Vậy mà _____

5) A: Thằng bé mới chỉ 4 tuổi.

B: Vậy mà _____

6) A: Bây giờ đã là 7 giờ tối.

B: Ấy thế mà _____

7) A: Nhà em ấy rất xa trường học.

B: Ấy thế mà _____

8) A: Em ấy vẫn chưa khỏe.

B: Thế mà _____

3. Hãy sử dụng cấu trúc "cũng ... như" để nối cột A với cột B sao cho phù hợp nhất（請用文法結構「**cũng ... như**」連結 **A** 列與 **B** 列最符合的答案）

A		B
1) Hôm nay trời cũng lạnh	• •	a) như cuộc sống của người châu Âu.
2) Em cũng có những suy nghĩ	• •	b) như căn nhà này.
3) Căn nhà đó cũng cao và rộng	• •	c) như sự việc diễn ra vào tuần trước.
4) Sự việc lần này cũng nghiêm trọng	• •	d) như hôm qua.
5) Cuộc sống của người dân Đài Loan cũng tươi đẹp và hạnh phúc	• •	e) như mọi hôm.
6) Bài học ngày hôm nay cũng quan trọng	• •	f) như mẹ cô ấy.
7) Tính tình của cô ấy cũng tốt bụng	• •	g) như anh mà.

4. Đặt câu với các từ cho sẵn sau đây（請用下列詞語造句）

(1)... kia; (2) cũng + tính từ + như / bằng; (3) A, thế mà / vậy mà B;

(4) Mà ...; (5) ... mà; (6) tất nhiên là; (7) tất cả đều; (8) sang trọng

_____

_____

_____

_____

_____

_____

_____

_____

_____

_____

5. Bài tập đánh máy: Hãy viết một đoạn văn ngắn để nói về văn hóa bàn tiệc của người Đài Loan（打字練習：請寫一則短文介紹台灣人的宴席文化）

Sài Gòn

Bài 14

Tính Cách

性格

Ý Kiến Cá Nhân 個人意見

1. Hãy mô tả tính cách của bạn bằng cách đánh dấu tích vào những ô vuông（請勾選符合您的性格的選項）

☐ cẩn thận ☐ khéo léo ☐ thân thiện ☐ lạc quan

☐ vui vẻ ☐ thẳng thắn ☐ tốt bụng ☐ bi quan

☐ tự tin ☐ dễ tính ☐ dễ gần ☐ ích kỷ

☐ khó chịu ☐ thông minh ☐ hài hước ☐ giả dối

☐ năng động ☐ bị động ☐ nóng tính ☐ ngọt ngào

2. Theo bạn, thế nào là một người có tính cách tốt? Hãy giải thích（在您看來，什麼是性格良好的人？請解釋）

Hội Thoại 會話 ▶MP3-14.1

Tuấn: Nay là cuối tuần, đi siêu thị cùng mình không, *hở* Lan?

Lan: Có, mình cũng đang định đi mua một số đồ dùng cá nhân nè. Đi thôi nào!

Tuấn: Bài hát mà Lan đang nghe, tên là gì thế?

Lan: "Người hãy quên em đi" của ca sĩ Mỹ Tâm đó.

Tuấn: Bạn vẫn luôn hâm mộ ca sĩ Mỹ Tâm *hả*?

Lan: Ừ, Mỹ Tâm có một giọng ca tuyệt vời và một trái tim đẹp. Cô ấy tốt bụng, ngọt ngào và thân thiện. Thế mà một vài người *chẳng hiểu gì cả*. Họ nghĩ cô ca sĩ này *nghèo* cảm xúc và *nghèo* tình cảm, sống giả dối.

Tuấn: Chắc do họ ganh tị với chị ấy nên mới nghĩ như vậy. Mà bạn vẫn tham gia fan club Mỹ Tâm *hở*?

Lan: Ừ, vì thế mà mình có nhiều cơ hội tiếp xúc với Mỹ Tâm hơn. Chị ấy là người rất giàu nhân cách, đặc biệt là với trẻ nhỏ và người khuyết tật. Tính cách thì cực kỳ thẳng thắn và dễ gần.

Tuấn: Theo mình biết thì chị ấy là người rất tích cực tham gia các hoạt động thiện nguyện.

Lan: Trong giới nghệ sĩ, *ai cũng* thích Mỹ Tâm vì cái đức tính này.

Tuấn: Một người phụ nữ vừa đẹp vừa hát hay, lại giàu tình yêu thương thì luôn có nhiều người yêu mến.

Lan: Nghe nói tối chủ nhật này chị ấy sẽ hát cho phòng trà Mộc ở trên phố ấy. *Hay là* chúng mình đến đó nghe thử?

Tuấn: Mình cũng muốn đi lắm, nhưng mình sợ vé rất mắc.

Lan: Mình là thành viên trong fan club đấy, mua vé chỉ mất một nửa giá thôi, khoảng 100 trên 1 người.

Tuấn: Hay quá *ta*! Quyết định là không bỏ qua cơ hội này.

Dựa theo nội dung của bài hội thoại, trả lời các câu hỏi sau đây（請 閱讀會話內容並回答問題）

1. Tất cả mọi người đều không hiểu rõ về ca sĩ Mỹ Tâm, phải không?

2. Lan đánh giá Mỹ Tâm là người thế nào?

3. Tại sao có vài người hay ganh tị với Mỹ Tâm?

4. Tại sao Tuấn quyết định đến phòng trà Mộc để nghe Mỹ Tâm hát?

Từ Mới 生詞			▶MP3-14.2
hâm mộ	景仰；羨慕；愛慕	thẳng thắn	正直；直率
giọng ca	歌喉	dễ gần	平易近人
trái tim	心	nghệ sĩ	藝人
giả dối	虛偽；做作	đức tính	德行
tiếp xúc	接觸；來往	ganh tị	忌妒
nhân cách	人格	quyết định	決定
người khuyết tật	殘疾人士	bỏ qua	錯過
tính tình	性情；個性		

Ngữ Pháp 文法

1. Cấu trúc có nghĩa nhấn mạnh sự phủ định hoàn toàn（表達完全否定的文法結構）

> 否定詞 + 動詞 + 疑問詞 / 形容詞 + **cả / hết / hết cả**
> 否定詞：**không, chẳng, chưa ...**
> 疑問詞：**gì, đâu, ai, nào, bao giờ ...**

例句

· Nhiều người chẳng hiểu tôi gì cả. 很多人一點都不了解我。

· Cả ngày nay tôi không ăn gì hết. 我今天一整天什麼都沒吃。

· Tôi chưa đi Việt Nam bao giờ hết. 我完全沒去過越南。

· Đồ ăn chẳng ngon gì cả. 食物一點都不好吃。

2. hở / hả

- **hở / hả:** đứng trước đại từ nhân xưng ngôi thứ 2 hoặc tên gọi để biểu đạt sự thân thiện khi hỏi ai đó về một cái gì đó.

  助詞，口語表現，放在第二人稱代名詞或名字之前，以向對方友好地詢問某事。

例句

· Chị đang làm gì, hả chị Mai? 你在做什麼，梅姐？

· Mẹ nói gì, hở mẹ yêu? 你說什麼，親愛的媽媽？

補充

- Ngoài ra, nó còn có cách sử dụng gần giống với "phải không".

  「hở / hả」與「phải không」的用法相似，相當於中文的「嗎？」、「是嗎？」。

例句

· Em đang học bài hả? 你在念書嗎？

· Tuần sau, khai giảng năm học mới hở? 下禮拜開學嗎？

3. hay là: biểu thị điều sắp nói ra là một giải pháp khác và muốn được biết ý kiến của người nghe.

類似於中文的「或者」，是給予他人意見並希望得到對方答覆時的表現。

例句 ▶ · Hôm nay mình không khỏe, hay là chúng ta gặp nhau vào ngày mai?

今天我不舒服，還是我們明天見？

· Việc này khó quá, hay là chúng ta đi hỏi ý kiến của cô giáo?

這件事太難了，還是我們去問老師意見？

· Nhà hàng này đông người quá! 這間餐廳太多人了！

- Hay là chúng ta đi nơi khác? 或者我們去其他間？

4. ta: trợ từ dùng trong phương ngữ Nam bộ, thường đặt ở cuối câu để biểu thị ý ngạc nhiên hoặc để hỏi.

句末助詞，為南越口語，表示驚訝或是想詢問他人意見。

例句 ▶ · Hành động xấu xí quá ta! 多麼醜陋的行為啊！

· Hay quá ta! 太厲害了吧！

· Sao kì quá vậy ta? 怎麼這麼奇怪？

5. ... ai cũng ... / ... nào cũng ... / ... gì cũng ... / ... đâu cũng ...: Cách nói dùng để biểu thị ý "tất cả, toàn bộ" của một sự vật hay một hành động.

用以強調整體事物或行為，類似於中文的「誰都……／哪都……／什麼都……／哪裡都……」。

> 名詞 **+** 疑問詞 **... cũng +** 動詞 **/** 形容詞
> **= Tất cả mọi +** 名詞 **+ đều +** 動詞 **/** 形容詞
> 疑問詞：**gì, ai, nào, đâu, lúc nào ...**

例句 ▶ · Ai cũng thích Mỹ Tâm. (= Tất cả mọi người đều thích Mỹ Tâm.)

誰都喜歡美心。（＝每個人都喜歡美心。）

· Người nào cũng yêu mến Mỹ Tâm. (= Tất cả mọi người đều yêu mến Mỹ Tâm.)

誰都喜歡美心。（每個人都喜歡美心。）

Luyện Nói 口說練習

1. Dùng "hả / hở" để đặt câu hỏi cho các câu sau đây（請用「**hả / hở**」造出相應的問句）

VD: Em đang đi tìm bạn, hở em?

 - Vâng, em đang đi tìm bạn ạ.

1) Cuối tuần mình rảnh.

2) Vâng, em ấy là con gái của bà chủ quán.

3) Cuộc sống của em vẫn ổn ạ.

4) Con đang làm bài tập về nhà ạ.

5) Dạ, cô ấy nấu món ăn truyền thống Đài Loan ngon lắm ạ.

6) Không vấn đề ạ. Em sẽ cho anh mượn xe máy của em.

7) Em gái con đi du học đã gần 2 năm rồi. Mẹ nhớ nó lắm.

8) Cuối năm, công ty có nhiều việc nên em bận lắm.

2. Hãy thực hành nói theo mẫu bằng cách dùng các cụm từ cho sẵn bên dưới để thay thế vào các từ gạch chân（請依照範例，將畫底線處替換為下列片語並練習口說）

nghèo tiền / giàu cảm xúc

→ Cô ấy *nghèo tiền* nhưng *giàu cảm xúc*.

1) nghèo vật chất / giàu nghị lực

2) giàu vật chất / nghèo tình yêu thương

3) giàu kinh nghiệm / nghèo nhân cách

4) ăn nhiều thứ giàu chất đạm / nghèo dinh dưỡng

3. Hãy thêm từ "ta" vào các câu bên dưới rồi thực hành nói (chú ý nói đúng ngữ điệu) （請將「**ta**」加入下列句子中並練習口說。（須注意語調））

1) Bạn ấy quê ở đâu? Sao tôi hỏi mà chẳng ai biết?

2) Người đâu mà đẹp? Ngắm hoài mà không chán.

3) Học trò của mình giỏi quá! Nói gì cũng hiểu.

4) Buồn ghê ấy. Nói mà nó chẳng nghe.

5) Phim hay quá, làm mình khóc quá trời.

6) Trời ơi, muộn giờ học rồi nè. Làm sao đây?

7) Nó mặc bộ vest trông lịch sự quá!

8) Câu chuyện nghe buồn quá!

Ngữ Vựng 詞彙運用

1. Dựa vào nội dung của bài hội thoại, hãy tìm từ (các từ) gần nghĩa nhất để thay thế vào các từ gạch chân（請根據會話內容，勾選與畫底線處意思最相近的選項）

1) Bạn vẫn luôn **_hâm mộ_** ca sĩ Mỹ Tâm hả?

   ☐ A. yêu thương   ☐ C. sở thích

   ☐ B. ngưỡng mộ   ☐ D. thói quen

2) Bạn vẫn luôn hâm mộ ca sĩ Mỹ Tâm **_hả_**?

   ☐ A. hở   ☐ C. đó

   ☐ B. vậy   ☐ D. đấy

3) Cô ấy có một giọng ca tuyệt vời và một trái tim đẹp, **_thế mà_** một vài người chẳng hiểu gì cả.

   ☐ A. ấy thế mà   ☐ C. vậy đấy

   ☐ B. thế đấy   ☐ D. vẫn thế

4) Họ nghĩ cô ca sĩ này **_nghèo_** cảm xúc và **_nghèo_** tình cảm, sống giả dối.

   ☐ A. nhiều ... nhiều   ☐ C. không ... không

   ☐ B. thiếu ... thiếu   ☐ D. chưa ... chưa

5) Bạn **_vẫn_** tham gia fan club Mỹ Tâm hả?

   ☐ A. vẫn như   ☐ C. vẫn thế

   ☐ B. vẫn còn   ☐ D. vẫn vậy

6) Được biết chị ấy là người rất **_giàu_** nhân cách, đặc biệt là với trẻ nhỏ và người khuyết tật.

   ☐ A. ít   ☐ C. nhiều

   ☐ B. có   ☐ D. đông

7) Trong giới nghệ sĩ, **_ai cũng_** thích Mỹ Tâm vì cái đức tính này.

   ☐ A. người nào cũng   ☐ C. A/B đúng

   ☐ B. tất cả mọi người đều   ☐ D. A/ B sai

8) Một người phụ nữ vừa đẹp vừa hát hay, lại giàu tình yêu thương thì **_người nào cũng_** yêu mến.

   ☐ A. ai cũng   ☐ C. A/ B đúng

   ☐ B. tất cả mọi người đều   ☐ D. A/B sai

2. Sử dụng các từ cho sẵn bên dưới, hãy điền từ vào chỗ trống
（請將適合的單字填入空格內）

giả dối	tốt bụng	nhân cách	tính tình	ganh tị

1) Nhiều người thích _____ với hạnh phúc của gia đình họ.

2) _____ của cô ấy thường thay đổi theo thời tiết.

3) Có thể hiểu, _____ là phẩm chất cần có để làm người.

4) Tôi không thích nghe những lời _____, chỉ thích nghe những lời chân thật.

5) Cô Hoa hậu đó vừa dễ thương lại vừa _____. Ai cũng thích cô ấy.

Luyện Nghe 聽力練習　▶MP3-14.3

1. Hãy nghe đoạn hội thoại và lựa chọn đáp án đúng nhất（請聆聽音
檔並勾選出最符合的答案）

1)

　　☐ A. giới thiệu về bản thân khi đi dự tiệc

　　☐ B. giới thiệu về bản thân khi đi phỏng vấn

　　☐ C. giới thiệu về bản thân khi đi gặp cô giáo

　　☐ D. giới thiệu về bản thân khi gặp gỡ bạn bè mới

2)

　　☐ A. là người tận tâm trong công việc　　☐ C. thích nói về bản thân

　　☐ B. thích làm việc nhóm　　☐ D. thích giúp đỡ người khác

3)

　　☐ A. tiếng Anh　　☐ C. tiếng Hàn

　　☐ B. tiếng Nhật　　☐ D. tiếng Việt

Luyện Viết 寫作練習

1. Theo mẫu, hãy biến đổi các câu sau đây thành câu phủ định hoàn toàn (có thể thêm bớt một số từ)（請依照範例，將下列句子改寫為完全否定句（可自行添加或刪減字））

VD. Khi đi du học nước ngoài, cô ấy cảm thấy nhớ mọi người nhiều lắm.

→ Đi du học nước ngoài mà cô ấy chẳng thấy nhớ ai gì hết.

1. Chúng tôi thấy cô ấy có mặt ở ký túc xá.

   _____

2. Trước khi về, cô ấy cảm ơn chúng tôi vì đã giúp đỡ cô ấy.

   _____

3. Bà chủ đã khỏe trở lại sau nhiều ngày bị cảm.

   _____

4. Cái gì anh ta cũng giỏi, vừa giỏi ngoại ngữ lại vừa giỏi kiến thức xã hội.

   _____

5. Nhà tôi ở gần cả rạp chiếu phim và trung tâm mua sắm.

   _____

6. Cô ấy mời nhiều bạn học đến dự tiệc liên hoan do cô ấy tổ chức.

   _____

7. Tôi đã đi thăm cung đình Huế vài lần rồi.

   _____

8. Đi mua sắm quần áo, cô ấy trông vui vẻ hơn nhiều.

   _____

2. Theo mẫu, hãy trả lời câu hỏi bằng cách dùng cấu trúc phủ định hoàn toàn（請依照範例，用完全否定句型回答下列問題）

VD. Trong nhà có ai không?

→ Trong nhà chẳng có ai cả.

1) Em đang chuẩn bị đi đâu đấy?

_____

2) Em đã làm xong bài tập về nhà chưa?

_____

3) Khi gặp người Việt nói rất nhanh, em có hiểu gì không?

_____

4) Bạn đã đi du lịch Việt Nam bao giờ chưa?

_____

5) Em có biết ở gần trường Đại học Chính Trị có quán cơm Việt Nam nào ngon không?

_____

6) Em có quen ai ở Hà Nội không?

_____

7) Ngày mai, tôi đi siêu thị, bạn có muốn đi cùng không?

_____

8) Bạn có kế hoạch gì cho kì nghỉ hè năm nay không?

_____

3. Dùng "hay là" để hoàn thành các mẫu hội thoại ngắn sau đây（請用「**hay là**」回答下列句子以完成簡短對話）

VD. A: Trời mưa to thế này, đi leo núi rất nguy hiểm.

→ B: Hay là chúng ta đi xem phim, rồi về nhà Minh nấu nướng vậy?

1) Nếu dùng máy lạnh cả ngày thì rất tốn điện.

_____

2) Cái áo này hơi chật.

_____

3) Gần đây vé máy bay Vietjet khá rẻ.

_____

4) Điện thoại của tôi bị hỏng rồi.

_____

5) Siêu thị đang khuyến mại rất nhiều mặt hàng đó.

_____

6) Có nhiều công ty đang cần sinh viên làm thêm ngắn hạn đấy.

_____

7) Lâu rồi tôi chưa về thăm gia đình. Tôi nhớ ba má quá.

_____

8) Gần đây, tôi gặp áp lực trong công việc.

_____

4. Theo mẫu, hãy biến đổi các câu sau đây sang cấu trúc "... cũng ..."
（請依照範例用「**... cũng ...**」改寫下列句子）

VD. Sau 12 giờ đêm, tất cả mọi cửa hàng đều đóng cửa.

→ Sau 12 giờ đêm, cửa hàng nào cũng đóng cửa.

1) Ngày Tết, tất cả mọi người đều về quê ăn Tết với gia đình.

_____

2) Trong cuộc sống, tất cả mọi cái đều phải cố gắng.

_____

3) Tất cả các ngày trong tuần, tôi đều đi dạy tiếng Việt.

_____

4) Em ấy biết nấu tất cả các món ăn Việt Nam.

_____

5) Tất cả mọi nơi trong khu phố này đều có chỗ gửi xe.

_____

6) Ở Đài Bắc, tất cả mọi thứ đều mắc.

_____

5. Hãy đặt câu với những từ cho sẵn （請用下列詞彙造句）

(1) hở; (2) hay là ...; (3) ... ta; (4) không + động từ / tính từ + gì cả;
(5) ... ai ... cũng ...; (6) ... nào ... cũng ...; (7) ... đâu ... cũng ...

_____

_____

_____

_____

_____

_____

_____

_____

_____

6. Bài tập đánh máy: Hãy trình bày quan điểm cá nhân về một nhận định cho rằng "tính cách của một con người có tác động lớn đến lối sống, suy nghĩ và hành vi của họ" （打字練習：請就「一個人的性格對他們的生活方式、思想及行為有重大影響」此一說法發表你的個人觀點）

Tháp Po Nagar ở Nha Trang

Ở Bưu Điện

在郵局

Ý Kiến Cá Nhân 個人意見

Hiện nay, ở Đài Loan, bạn có thể sử dụng dịch vụ gửi quà, chuyển tiền, chuyển hàng ... tại hệ thống chuỗi cửa hàng tiện lợi như 7-Eleven hay FamilyMart, rất nhanh và rẻ. Tại sao nhiều người vẫn lựa chọn dịch vụ ở bưu điện? Hãy giải thích.

Hội Thoại 會話 ▶MP3-15.1

Tiểu Minh:	Thật là tình cờ khi gặp bạn ở đây. *Sao* tóc của bạn lại ướt vậy?
Thúy:	Trời mưa nên tóc mình bị ướt ấy mà.
Tiểu Minh:	Từ ký túc xá tới bưu điện những 2 ki-lô-mét *lận*, bạn không mang dù à?
Thúy:	Ướt xíu thôi, không vấn đề gì đâu. Mà bạn tới đây làm gì vậy?
Tiểu Minh:	Mình tới nhận quà sinh nhật của gia đình mình, gửi từ Đài Trung lên.
Thúy:	Thế à. Chúc mừng sinh nhật nha!
Tiểu Minh:	Vậy còn Thúy, bạn tới bưu điện làm gì vậy?
Thúy:	Mình gửi ít đồ về nhà cho ba má. Hôm qua, Tiểu Ngọc *có* mua giúp mình 2 kí lô nấm linh chi đỏ, mặt hàng chuẩn chất lượng cao của Đài Loan đấy.
Tiểu Minh:	Bạn thật biết quan tâm tới sức khoẻ của gia đình thế. Vậy còn mấy tấm bưu thiếp này?
Thúy:	À, là quà cho em gái út của mình ấy mà.
Tiểu Minh:	Bạn gửi về Việt Nam mất bao lâu?

Thúy:	Nhân viên bưu điện nói là khoảng 5 ngày làm việc.
Tiểu Minh:	Nhưng sao mình thấy có tới 2 tờ khai thế này?
Thúy:	Mình gửi thư tay cho một người bạn thân, tên là Mỹ Vân.
Tiểu Minh:	Các cậu có thể gọi video qua facebook, zalo mà. Sao lại viết thư tay cho tốn công sức và thời gian?
Thúy:	Dù công nghệ có phát triển đến mấy thì thư tay vẫn có giá trị riêng của nó mà.
Tiểu Minh:	Bạn nói có lý quá. Mà bạn viết tờ khai xong chưa? Tụi mình cùng đi về trường nha?
Thúy:	Chờ chút ha. Mình phải viết lại tờ khai này *cái đã*. Hồi nãy, mình ghi sai địa chỉ của Mỹ Vân.
Tiểu Minh:	*Vậy thì* bạn cứ viết lại cho cẩn thận đi. Mình chờ bạn!

Dựa vào nội dung của bài hội thoại, hãy trả lời các các câu hỏi sau đây（請閱讀會話內容並回答問題）

1. Tiểu Minh và Thúy hẹn gặp nhau tại bưu điện, phải không?

2. Tiểu Minh tới bưu điện để làm gì?

3. Thúy tới bưu điện để làm gì?

4. Từ Đài Loan gửi bưu phẩm về Việt Nam mất khoảng mấy ngày?

5. Lí do Thúy viết thư tay cho Mỹ Vân?

Từ Mới 生詞			▶MP3-15.2
mái tóc	頭髮；鬢髮	quan tâm	關心
ướt	濕	tấm	（量詞）片、板、塊、幅
cây dù	雨傘	bưu thiếp	明信片
nhận quà	收禮物；收包裹	tờ khai	單子
nấm linh chi	靈芝	tốn	花費
mặt hàng	貨物；商品	công sức	工夫；力氣
chất lượng	質量；品質	công nghệ	科技

Ngữ pháp 文法

1. sao ... lại: cấu trúc nghi vấn, dùng để biểu thị hành động, sự việc, tính chất là không bình thường.

相當於中文的「為什麼……」、「怎麼……」，疑問句的文法結構，用於表達異於常態的事情。

> **sao ... lại ...?**

例句

· Sao tóc của bạn lại ướt vậy? 你的頭髮怎麼那麼濕？

· Sao cô lại nói thế? 老師為什麼這麼說？

2. lận: trợ từ cuối câu dùng trong phương ngữ Nam bộ nhằm nhấn mạnh một tình huống hay trạng thái nào đó là đặc biệt, với một vẻ hơi ngạc nhiên.

句末助詞，南部方言，用來強調對某種特定情況或狀態感到驚訝。

例句

· Từ ký túc xá tới bưu điện những 2 ki-lô-mét lận.

從宿舍到郵局要兩2公里。

· Nó đến nhà tôi chơi từ hôm qua lận.

他從昨天就來我家玩。

3. thế thì / vậy thì: từ đưa đẩy dùng trong đối thoại, biểu thị điều sắp nêu ra là điều nên làm, là quyết định hoặc đề xuất của người nói.

「那」、「那麼」，放在句首，用於做最後決定或給予建議。

> **thế thì / vậy thì + 句子**

例句

· Hồi nãy mình ghi sai địa chỉ của Mỹ Vân.

我剛剛寫錯美雲的地址了。

- Vậy thì bạn cứ viết lại cho cẩn thận đi.

那你就小心地重寫一次吧。

· Ngày mai có bão đấy. 明天有暴風雨喔。

- Thế thì chúng ta đừng đi biển nữa. 那我們明天不要去海邊了。

4. đã: đặt ở cuối câu nhằm để nhấn mạnh việc vừa nói đến là điều cần được hoàn thành trước khi làm việc khác.

放在句尾，相當於中文的「先……」，口語表現，用於強調應該先完成的事。

句子 **+ đã / cái đã**

例句 ▸ · Mình phải viết lại tờ khai này đã. 我必須先重寫這張單子。

· Phải để tôi nói xong cái đã. 讓我先說完。

5. có + động từ: cấu trúc dùng để khẳng định một hành động đã xảy ra trong quá khứ.

類似中文的「有……（做某事）」，用於確認過去已發生的行為。

có + 動詞

例句 ▸ · Hôm qua, Tiểu Ngọc có mua giúp mình 2 kí lô nấm linh chi.

昨天小玉有幫我買了 2 公斤靈芝。

· Tôi có gặp ca sĩ Mỹ Tâm nhiều lần.

我有見過歌手美心很多次。

Luyện Nói 口說練習

1. Theo mẫu, hãy dùng "thế thì/ vậy thì" để hoàn thành mẫu hội thoại
（請依照範例，用「**thế thì / vậy thì**」完成對話）

VD. Đến giờ vào học rồi.

→ Vậy thì bạn đi nhanh lên!

1) Em định mua chiếc điện thoại này tặng ba.

_____

2) Mình đã có visa sang Việt Nam rồi.

_____

3) Nhiều siêu thị đang bán hàng khuyến mãi đấy.

_____

4) Ôi chao, váy màu vàng đẹp quá ta!

_____

5) Mình thức đêm mấy ngày này để làm báo cáo rồi.

_____

6) Tủ lạnh hết sạch đồ ăn rồi.

_____

7) Nhà trọ ồn ào quá trời! Không thể tập trung vào công việc được.

_____

8) Tôi mới được thăng chức đó.

_____

2. Thực hành nói theo mẫu bằng cách thêm từ "lận" vào các câu sau đây (chú ý nói đúng ngữ điệu)（請依照範例將「**lận**」加入下列句子中並進行口說練習（須注意語調））

VD. Trời ơi! Nhà anh ta có những 5 căn nhà.

→ Trời ơi! Nhà anh ta có những 5 căn nhà *lận*.

1) _____

Năm ngoái, gia đình tôi có về Việt Nam 4 lần.

2) _____

Thằng bé ăn tới 3 chén cơm.

3) _____

Tôi tới trễ những 30 phút.

4) _____

Tháng này tôi phải đi dự tới ba, bốn cái đám cưới.

5) _____

Năm nay, ông ngoại tôi phải vào bệnh viện những 6 lần. Ai cũng lo cho ông.

6) _____

Nó ra khỏi nhà từ tuần trước.

7) _____

Quán bún chả này có ngài Tổng thống Obama đến ăn.

8) _____

Bây giờ, cô ấy là tổng giám đốc.

Ngữ Vựng 詞彙運用

1. Dựa vào nội dung của bài hội thoại, hãy lựa chọn từ (các từ) gần nghĩa nhất để thay thế vào từ gạch chân（請根據本課會話內容，勾選出與劃線單字相似的詞彙）

1) Từ ký túc xá tới bưu điện **_những_** 2 ki-lô-mét lận.

   ☐ A. tới   ☐ C. tận

   ☐ B. đến   ☐ D. Cả A/B/C đúng

2) Bạn biết quan tâm tới sức khoẻ của gia đình **_thế_**.

   ☐ A. vậy   ☐ C. đó

   ☐ B. đấy   ☐ D. Cả A/B/C đúng

3) **_Vậy còn_** mấy tấm bưu thiếp này?

   ☐ A. vậy thì   ☐ C. thế mà

   ☐ B. thế thì   ☐ D. thế còn

4) Nhân viên bưu điện nói là **_khoảng_** 5 ngày làm việc.

   ☐ A. độ   ☐ C. chừng

   ☐ B. tầm   ☐ D. Cả A/B/C đúng

5) Dù công nghệ có phát triển **_đến mấy_** thì thư tay vẫn có giá trị riêng của nó mà.

   ☐ A. đến thế nào   ☐ C. đến chừng nào

   ☐ B. đến bao nhiêu   ☐ D. Cả A/B/C đúng

6) **_Hồi nãy_** mình ghi sai địa chỉ của Mỹ Vân.

   ☐ A. vừa nãy   ☐ C. lúc nãy

   ☐ B. khi nãy   ☐ D. Cả A/B/C đúng

2. Sử dụng các từ cho sẵn bên dưới, hãy điền từ vào chỗ trống （請將下列詞彙填入空格）

mặt hàng	tờ khai	tốn
chất lượng	cẩn thận	phổ biến

1) Siêu thị bán nhiều _____ dùng trong đời sống hàng ngày của con người.

2) Hiện nay, internet trở nên _____ ở mọi quốc gia.

3) Chiếc xe máy này chạy _____ xăng quá!

4) _____ quan trọng hơn số lượng.

5) Khi đi du lịch tới một quốc gia khác, cần phải điền _____ hải quan.

6) Tính tình của cô ấy _____ nên rất phù hợp với công việc làm kế toán viên.

Luyện Nghe 聽力練習 ▶MP3-15.3

1. Hãy nghe và lựa chọn đáp án đúng nhất （請聆聽音檔並勾選出最符合的答案）

1)

☐ A. sách   ☐ C. mỹ phẩm

☐ B. trà   ☐ D. cà phê

2)

☐ A. 100 tệ   ☐ C. 300 tệ

☐ B. 200 tệ   ☐ D. 400 tệ

Luyện Viết 寫作練習

1. Dùng cấu trúc " sao ... lại ..." để viết câu hỏi cho các câu bên dưới sau đây（請用「**sao ... lại ...**」寫出相應問句）

→ Sao hôm nay lại uống bia?

VD. Hôm nay, mình không vui nên muốn uống một xíu.

1) _____ ?

Nhà mình ở gần đây mà. Bạn tới đây làm gì?

2) _____ ?

Ngày chủ nhật mà mình phải đi làm. Chán ghê ta!

3) _____ ?

Cô ấy không tốt với tôi.

4) _____ ?

Tôi còn nhiều việc phải làm nên chưa tan ca được.

2. Theo mẫu, hãy dùng "đã/cái đã" để hoàn thành mẫu hội thoại ngắn（請依照範例，用「**đã / cái đã**」完成對話）

VD. Bạn có muốn đi du lịch châu Âu không?

→ Để mình tiết kiệm tiền cái đã.

1) Mình đang chờ bạn ở trước cổng ký túc xá nè.

_____

2) Bạn sẽ đồng ý tham gia bữa tiệc chứ?

_____

3) Chúng mình đi nhé?

_____

4) Bạn làm bài tập số 3 chưa, hả Minh?

_____

5) Bắt đầu khai tiệc được chưa?

_____

6) Gọi điện thoại cho mình nha.

_____

7) Đi cùng mình tới gặp cô giáo chứ?

_____

8) Mọi người đang chờ bạn đấy.

_____

3. Thêm từ "có" vào các câu sau đây（請在下列各句加入「**có**」）

1) Tôi mua một đôi giày adidas.

_____

2) Chúng tôi gặp cô giáo ở trên phố.

_____

3) Hôm qua tôi ngủ quên nên không đến lớp tiếng Việt.

_____

4) Gia đình tôi đi du lịch Tràng An vào năm ngoái.

_____

5) Tôi về thăm gia đình tháng trước.

_____

6) Tôi uống thuốc đều đặn.

_____

7) Em ấy để quên chìa khóa ở trong phòng ngủ.

_____

8) Chúng em làm bài tập về nhà đầy đủ.

_____

4. Đặt câu với các từ cho sẵn（請用下列詞語造句）

(1) thế thì; (2) ... đã; (3) có + động từ; (4)... lận; (5) sao ... lại;
(6) đến mấy; (7) hồi nãy

5. Bài tập đánh máy: Hãy viết một đoạn văn ngắn giới thiệu về các loại hình dịch vụ của bưu điện Đài Loan（打字練習：請寫一則短文介紹臺灣郵局的各項服務）

Bưu điện trung tâm ở thành phố Hồ Chí Minh

Lễ Hội Đền Hùng

雄王節

Ý Kiến Cá Nhân 個人意見

1. *Em hãy kể tên những lễ hội quan trọng ở Đài Loan.*

2. *Có mối quan hệ gì giữa lễ hội truyền thống và văn hóa dân tộc?*

3. *Bạn đã tìm hiểu qua về các vị vua Hùng của Việt Nam chưa? Nếu có, hãy trình bày.*

Hội Thoại 會話   ▶MP3-16.1

Khánh: Các bạn có muốn tham dự lễ hội đền Hùng năm nay không?

Huệ: Người nước ngoài như mình rất muốn được tham dự một ngày quốc lễ như vậy.

Khánh: Hôm nay là mùng 6 tháng 3 âm lịch rồi, chỉ còn 4 ngày để chuẩn bị thôi.

Huệ: Chúng ta sẽ đi bằng gì? Xe máy được không?

Khánh: Đi bằng xe khách *chứ không* đi bằng xe máy *được* nha. Những 100 cây số mà đi bằng xe máy, mình e là không đi *nổi*.

Huệ: Chúng ta cần chuẩn bị những gì?

Khánh: Các cậu chỉ cần xách ba lô lên và đi thôi!

Huệ: Lịch trình thế nào?

Khánh: Chúng ta khởi hành vào chiều ngày mồng 9, ở qua đêm tại khách sạn Bình Minh gần đền Hùng. Sớm ngày mồng 10, chúng ta ăn sáng lúc 7 giờ sáng, sau đó đi tham quan đền Hạ -Trung -Thượng.

Huệ: Tiếp theo, tụi mình đi đâu?

Khánh: Đi ăn trưa, thưởng thức đặc sản của Phú Thọ.

Huệ: *Chà*, nghe thèm quá à!

Khánh: Sau đó, tụi mình nên nghỉ một lát rồi *hẵng* tiếp tục hành trình. Trong thành phố có một vài quán cafe, trà sữa khá ngon.

Huệ: Vậy thì mình sẽ gọi *ngay* 1 ly trà sữa, uống cho đã.

Khánh: 14 giờ chiều, chúng ta tới thăm bảo tàng Hùng Vương.

Huệ: Sau đó mình về Hà Nội luôn, hả Khánh?

Khánh: Hình như còn có đầm Ao Châu nhưng không hấp dẫn lắm. Mình nghe nói vậy *chứ chưa* đi tới đó bao giờ.

Huệ: Thôi, bỏ qua vậy. Mình e là sẽ về muộn mất.

Dựa theo nội dung của bài hội thoại để trả lời các câu hỏi sau đây
（請閱讀會話內容並回答問題）

1. Huệ là người Việt Nam, phải không?

2. Giỗ tổ Hùng Vương là theo lịch dương hay âm?

3. Họ cần chuẩn bị những gì để đi thăm đền Hùng?

4. Hãy kể lịch trình tham quan đền Hùng của Khánh và các bạn.

5. Tại sao họ không đi thăm đền Ao Châu?

188

Từ Mới 生詞 ▶MP3-16.2

Hùng Vương	雄王	đầm Ao Châu	凹州潭
e là	恐怕；擔心	lịch trình	行程；歷程
an toàn	安全	tham quan	參觀
xe khách	客運	tiếp theo	接著；接下來
xách	帶著；拎著	tiếp tục	繼續

Ngữ Pháp 文法

1. A chứ không / chứ chưa B: cấu trúc dùng để nhấn mạnh B là biểu thị ý phủ định, ngược lại với A. Ngoài ra, B còn được dùng để bổ sung, khẳng định thêm cái ý cho A.
相當於中文的「A 而非 B」，用於表示否定的文法結構。

例句
· Đi bằng xe khách chứ không đi bằng xe máy được nha.
可以搭客運去而不能騎機車。

· Mình nghe nói vậy chứ chưa đi tới đó bao giờ.
我聽說過而從未去過。

2. chà: cảm từ, đặt ở đầu câu để biểu thị ý ngạc nhiên hay tán thưởng.
助詞，放在句首，相當於中文的「哇」，用於表示驚訝。

例句
· Chà, nghe thèm quá à! 哇，聽起來好好吃喔！

· Chà, đẹp quá ta! 哇，太美了！

3. nổi: phụ từ dùng để biểu thị khả năng làm một điều gì đó một cách khó khăn. Có nghĩa gần giống với từ **"được"** nhưng mang nghĩa nhấn mạnh hơn. **"không nổi"** có nghĩa là: không thể làm được việc ấy vì nó quá khó.
用於表達「困難地做某事」。

動詞 / 形容詞 **+ không nổi**
không + 動詞 / 形容詞 **+ nổi**

例句
· Khuôn mặt cậu như trẻ con thế kia, thì già sao nổi.
你的臉龐那麼像小孩，能老到哪裡去。

· Đi tới trưa là mệt lắm, không đi nổi.
走到中午太累了，走不動了。

· Ở đây quá ồn! Tôi không ngủ nổi. 這裡太吵了！我睡不著。

4. hằng / hãy: liên từ dùng để thuyết phục ai đó nên làm một việc nào đó trước rồi mới làm những việc khác.

連接詞，口語表達，相當於中文「先……再……」，用於說服某人做應該先做的事情。

A hằng / hãy B

例句 ▶ · Ăn xong rồi hằng đi!　先吃完再走吧！

· Tụi mình nên nghỉ một lát rồi hãy tiếp tục hành trình.

我們應該先休息一下再繼續旅程。

5. ngay: phụ từ dùng để biểu đạt ý "làm việc gì đó nhanh chóng, không chậm trễ".

副詞，相當於中文的「馬上」。

例句 ▶ · Vậy thì mình sẽ gọi ngay 1 ly trà sữa, uống cho đã.

那我馬上點 1 杯奶茶喝個爽快。

· Được đi chơi là em ấy vui ngay.

能夠出去玩，他立刻就開心了。

Luyện Nói 口說練習

1. Thực hành nói theo mẫu, hãy dùng "chứ không" hoặc "chứ chưa" để tạo câu（請依照範例用「**chứ không**」或「**chứ chưa**」造句並進行口說練習）

VD. Nắng/ mưa

→ Ngày hôm nay trời nắng *chứ không* mưa.

1) bà chủ / ông chủ

2) vui / buồn

3) Pháp / Đức

4) nhanh / chậm

5) cao / thấp

6) trắng / đen

7) ngủ / thức dậy

8) tiếng Việt / tiếng Thái

2. Hãy thêm từ "ngay" vào các câu bên dưới và chú ý nói đúng ngữ điệu（請將「**ngay**」加入下列各句並進行口說練習（須注意語調））

1) Xem phim xong, tôi đi ngủ.

2) Mua được quần áo mới, tôi mặc nó tới công ty.

3) Vừa khỏi bệnh, cô ấy đi làm.

4) Về tới Việt Nam, tôi đi ăn một tô phở.

5) Nhận được tin vui, tôi báo cho mẹ.

6) Có tiền thưởng Tết, nó đi mua sắm.

7) Hết bão, máy bay cất cánh.

8) Được thăng chức, ba tổ chức tiệc ăn mừng.

Ngữ Vựng 詞彙運用

1. Dựa vào nội dung của bài hội thoại, hãy lựa chọn từ (các từ) gần nghĩa nhất để thay thế vào từ gạch chân（請根據本課會話內容，勾選出與劃線單字相似的詞彙）

1) **_Những_** 100 cây số mà đi bằng xe máy, mình e là không an toàn.

   ☐ A. tới ☐ C. đến

   ☐ B. tận ☐ D. cả A/B/C đúng

2) Những 100 cây số mà đi bằng xe máy, mình e là không đi **_nổi_**.

   ☐ A. được ☐ C. thể

   ☐ B. bị ☐ D. có thể

3) Sau đó, tụi mình nên nghỉ một lát rồi **_hẵng_** tiếp tục hành trình.

   ☐ A. mà ☐ C. còn

   ☐ B. hãy ☐ D. nhưng

4) **_Vậy thì_** mình sẽ gọi ngay 1 ly trà sữa, uống cho đã.

   ☐ A. thế thì ☐ C. thế mà

   ☐ B. vậy còn ☐ D. thế còn

5) Vậy thì mình sẽ gọi **_ngay_** 1 ly trà sữa, uống cho đã.

   ☐ A. luôn ☐ C. đến

   ☐ B. những ☐ D. tới

6) Vậy thì mình sẽ gọi ngay 1 ly trà sữa, uống **_cho đã_**.

   ☐ A. cho sướng ☐ C. cho vui

   ☐ B. cho may ☐ D. cho rồi

7) Sau đó mình về Hà Nội **_luôn_**.

   ☐ A. đi ☐ C. nhanh

   ☐ B. ngay ☐ D. chậm

8) Hình như còn có đầm Ao Châu **nhưng** không hấp dẫn lắm.

　　☐ A. mà　　　　　　　　☐ C. thế nhưng

　　☐ B. song　　　　　　　☐ D. cả A/B/C đúng

2. Hãy sử dụng các từ cho sẵn bên dưới để điền từ vào chỗ trống（請將下列詞彙填入空格）

e là	tham quan	thèm
lạc	xách	tiếp tục

1) Tôi _____ mình không đủ khả năng để giúp đỡ bạn trong việc này.

2) Trời vẫn _____ mưa to. Chúng ta không thể đi vào rừng.

3) Gần đây có nhiều việc phải làm, tôi _____ có được một giấc ngủ dài.

4) Họ đang cố gắng nói _____ hướng sang chuyện khác.

5) Đồ nặng quá, tôi _____ không nổi.

6) Hôm nay chúng tôi đi _____ sở thú Đài Bắc.

Luyện Nghe 聽力練習　　　　　　　▶MP3-16.3

1. Hãy nghe và chọn đáp án đúng nhất（請聆聽音檔並勾選出最符合的答案）

1)

　　☐ A. ngày Tết　　　　　　☐ C. lễ hội đền Hùng

　　☐ B. lễ Giáng sinh　　　　☐ D. Tết Nguyên tiêu

2)

　　☐ A. gửi quà　　　　　　　☐ C. chuẩn bị tiệc

　　☐ B. trang trí nhà cửa　　　☐ D. đi du lịch

Luyện Viết 寫作練習

1. Dựa vào các gợi ý cho sẵn, hãy viết thành câu hoàn chỉnh bằng cách dùng cụm từ "chứ không/ chứ chưa" (請用「**chứ không / chứ chưa**」完成下列句子)

1) Cô giáo là người Việt Nam _____

2) Em ấy thích bóng chuyền _____

3) Em mới thi được bằng B tiếng Việt _____

4) Đền Hùng thuộc tỉnh Phú Thọ _____

5) Em ấy đi dự đám cưới _____

6) Chị ấy là sinh viên năm hai _____

7) Anh ta tìm giám đốc _____

8) Em ấy sắp tốt nghiệp _____

2. Theo mẫu, hãy dùng "... không nổi" và các động từ cho sẵn để hoàn thành câu (請根據範例用「**... không nổi**」和下列提供的動詞完成句子)

VD. Bài tập này khó quá _____ (làm)

→ Bài tập này khó quá, tôi làm không nổi.

1) Cái vali này nặng quá, _____ (xách)

2) Có quá nhiều người trong buổi tiệc _____ (nhớ tên)

3) Tôi áp lực quá, _____ (chịu)

4) Họ nói nhanh quá, _____ (nghe)

5) Nhà hàng đó xa lắm, _____ (đi)

6) Cô ấy thật giỏi, _____ (ngờ)

7) Lời nói của hắn rất khó nghe, _____ (chịu)

8) Sếp yêu cầu làm nhiều việc quá, _____ (làm)

3. Hãy sử dụng "hẳng" để nối cột A với cột B sao cho phù hợp nhất.
（請用「**hẳng**」連結 A 列與 B 列最符合的答案）

A
1) Ăn cơm xong
2) Hoàn thành việc học tập
3) Hãy nghỉ ngơi ít ngày
4) Bình tĩnh và suy nghĩ cẩn thận
5) Hỏi ý kiến của ba mẹ
6) Ghé nhà tôi chơi
7) Đi du lịch hết các nơi trong nước rồi
8) Phải tốt với bản thân trước

B
a) hẳng đi du lịch nước ngoài.
b) hẳng ra quyết định mới.
c) hẳng cưới vợ.
d) hẳng về.
e) hẳng làm việc khác.
f) hẳng tốt với người ngoài.
g) hẳng đi làm.
h) hẳng đi chợ.

4. Đặt câu với các từ cho sẵn（請用下列詞語造句）

(1) ... chứ không / chứ chưa ...; (2) chà ...; (3) ... nổi; (4) A hẳng B;

(5) ... ngay; (6) tham gia; (7) e là; (8) ... cho đã

_____

_____

5. **Bài tập đánh máy: Em hãy viết một đoạn văn ngắn giới thiệu về một vài lễ hội truyền thống của Đài Loan**（打字練習：請寫一則短文介紹一些臺灣的傳統節日）

Bài 17

Hoạt Động Xã Hội

社會活動

Ý Kiến Cá Nhân 個人意見

1. *Theo em, thế nào là "hoạt động xã hội"? Có những loại hình hoạt động xã hội nào?*

2. *Em đã từng tham gia những hoạt động xã hội nào? Hãy nêu ra những ưu điểm và nhược điểm khi tham gia những hoạt động đó.*

Hội Thoại 會話   ▶MP3-17.1

Quốc Anh: Hồng ơi, hôm nay là thứ 7 mà cậu không có kế hoạch gì à?

Hồng: Dĩ nhiên là có, mình đang chuẩn bị đây này.

Quốc Anh: Có vụ gì vui vui, cho mình đi theo với. Ở lại ký túc xá buồn quá trời!

Hồng: Thành phố đang có nhiều phong trào mang tính cộng đồng và cực kỳ ý nghĩa. Trong tuần mình bận đi học, *thế là* cuối tuần *mới* tham gia *được*. Cậu đi cùng chứ?

Quốc Anh: Đồng *ý luôn*! Mà các Hoa hậu đi làm tình nguyện có cực không ha?

Hồng: Cực chứ! Họ thu hút sự quan tâm của các nhà tài trợ rồi đem những gì mình quyên góp được, chia sẻ lại cho những ai gặp khó khăn.

Quốc Anh: Cũng đúng ha, cho đi là nhận lại nụ cười và niềm vui mà.

Hồng: Mình thấy người nào hay đi làm thiện nguyện đều đẹp ra và hoàn thiện hơn.

Quốc Anh: Tuần tới, các Hoa hậu Việt Nam sẽ tới từng địa phương để tư vấn và hỗ trợ tìm việc làm cho các chị em nghèo ở vùng cao đấy.

Hồng: Hay quá! Có việc làm thì cuộc sống của phụ nữ *mới* hạnh phúc một cách trọn vẹn *được* chứ.

Quốc Anh: *Tiếc là* vài người không hiểu ra điều đó. Họ cho rằng chỉ cần chăm con tốt và phục vụ gia đình chu đáo là được.

Hồng: *Thôi thì* trước đó có thể họ chưa hiểu. Sau khi được tư vấn, mình nghĩ họ sẽ hiểu ra thôi.

Quốc Anh: Hay là năm sau cậu đăng ký thi Hoa hậu đi, người gì mà vừa đẹp vừa giỏi. Mình làm stylist riêng cho cậu nha.

Hồng: Làm gì có hoa hậu cao 1 mét 57 hở? Thôi ăn lẹ lên! Xíu nữa, cậu sẽ mệt đó.

Quốc Anh: Haha! Hoa hậu nấm lùn. Ăn nhanh lên!

Dựa vào nội dung của bài hội thoại, hãy trả lời các câu hỏi sau đây (請閱讀會話內容並回答問題)

1. Các Hoa hậu đi làm thiện nguyện bằng cách nào?

2. Em hiểu gì về câu nói "*Cho đi là nhận lại nụ cười và niềm vui*"?

3. Tuần tới có hoạt động gì?

4. Theo Hồng, hạnh phúc sẽ trọn vẹn khi có điều gì?

5. Em hiểu gì về câu nói "*Hoa hậu nấm lùn*"?

Từ Mới 生詞			▶MP3-17.2
phong trào	風潮；潮流	tư vấn	諮詢
cộng đồng	共同；群體；社群	vùng cao	高地；高山地區
cực kỳ	極其；非常	trọn vẹn	完美；圓滿
cực/ vất vả	艱辛；辛苦	chu đáo	周到；細心
tình nguyện	自願；情願	nấm	香菇
thu hút	吸引	quyên góp	捐獻
nhà tài trợ	贊助商	đăng ký	註冊；登記

Ngữ Pháp 文法

1. ... luôn

> 動詞／形容詞 **+ luôn**
> 句子 **+ luôn**

- được dùng để biểu thị ý ngay tức thời, không cần suy nghĩ và cân nhắc nhiều.

放在動詞後或句尾，表示脫口而出或不用多想便能想出的點子。

例句 ▶ ・Đồng ý luôn! 立刻同意！

・Không cần suy nghĩ lâu, tôi trả lời luôn.

不需要想很久，我立刻回答。

・Mẹ mua kem cho ăn, cậu bé hết buồn luôn.

媽媽買冰淇淋來吃，小孩立刻就不難過了。

- Được dùng để biểu thị ý "từ đó về sau" là như vậy, không thay đổi.

放在動詞後或句尾，表示某事物會一直持續不變。

例句 ▶ ・Từ nay về sau, chúng tôi sẽ ở Đài Bắc luôn.

從今以後我們會一直在臺北。

・Hắn mượn sách của tôi rồi lấy luôn, không trả.

他借了我的書，拿走後一直都沒歸還。

2. mới ... được: cấu trúc dùng để biểu thị đó là điều kiện duy nhất để đưa tới một kết quả tốt đẹp.

相當於中文的「才能夠……」、「才會……」，表示需有特別
的條件才得以達到良好的結果。

> **mới +** 動詞／形容詞 **+ được**

例句 ▶ ・Có việc làm thì cuộc sống của phụ nữ mới hạnh phúc được.

有工作，女人的生活才會幸福。

・Mẹ phải mua sô-cô-la thì Thành mới vui được.

媽媽必須買巧克力，成才會開心。

3. tiếc là: cụm từ dùng ở đầu câu hay một mệnh đề dùng để biểu thị sự tiếc nuối về một sự việc nào đó.

放在句首，相當於中文「可惜」，用以表達對某事感到惋惜。

$$\boxed{\textbf{tiếc là} + 句子}$$

例句 ▶ ・Tiếc là nhiều người không hiểu điều đó.

可惜很多人不曉得那件事。

・Tiếc là tôi không thể giúp đỡ được cô. 可惜我無法幫你。

* "tiếc là" còn được dùng để từ chối một lời mời hay lời đề nghị nào đó một cách lịch sự.

「tiếc là」也可用於禮貌地拒絕邀請或提議。

例句 ▶ ・Tôi rất muốn đến dự tiệc cưới của vợ chồng bạn, tiếc là tôi có một cuộc họp quan trọng vào ngày hôm đó.

我很想去參加你們夫婦的婚宴，可惜我那天有一場很重要的會議。

4. A, thế là B: kết từ dùng để biểu thị B là kết quả của sự việc A.

相當於中文的「因此……」，用於連接具有因果關係的兩件事，A 為原因，B 為結果。

$$\boxed{\textbf{A, thế là B}}$$

例句 ▶ ・Trong tuần mình bận đi học, thế là nay mới tham gia được.

我這週都忙著去上課，因此今天才能參加。

・Hôm qua thức khuya, thế là hôm nay tôi đi học trễ.

昨天熬夜了，因此我今天上課遲到。

5. thôi thì: cụm từ dùng trong khẩu ngữ để biểu thị ý tạm thời chấp nhận một việc nào đó vì không còn cách nào khác.

類似於中文的「好吧」，口語表現，表達暫時的妥協或接受。

例句 ▶ ・Thôi thì ở đâu cũng có người này người khác.

好吧，哪裡都有好人和壞人。

・Thôi thì tùy các bạn quyết định thời gian vậy.

好吧，看大家決定時間。

Luyện Nói　口說練習

1. Hãy thêm từ "luôn" vào các câu trả lời trong mẫu hội thoại ngắn, rồi thực hành nói（請將「**luôn**」加入下方對話的答句中，並進行口說練習）

1)   - Nga nói là đi một chút rồi sẽ quay lại mà mãi không thấy.

     - Có lẽ Nga đã về nhà rồi.

2)   - Chúng tôi đang có xíu việc gấp cần bạn giúp đỡ.

     - Nhận được thư yêu cầu của bạn là tôi trả lời lại.

3)   - Bạn mua cháo này lâu chưa?

     - Tôi mới mua cháo về, ăn cho nóng.

4)   - Cuộc họp sẽ diễn ra ở Đài Bắc trong hai ngày. Ông sẽ ở lại Đài Bắc chứ ạ?

     - Nhà tôi ở khá xa Đài Bắc. Có lẽ, tôi sẽ ở lại khách sạn cho tiện.

5)   - Đã lâu rồi tôi không thấy ông Minh xuất hiện.

     - Ông ấy bỏ nhà đi không về đã hơn mười năm rồi.

6)   - Chờ mãi mà không nhận được bảng báo giá từ phía công ty ông.

     - Bây giờ, tôi báo giá cho anh.

7)   - Mẹ ơi, căn phòng này đã chật lại còn có mùi hôi. Con không muốn ở lại đây thêm chút nào cả.

     - Vậy thì chúng ta sẽ đi.

8)   - Siêu thị đang khuyến mãi lớn đấy, nhưng chương trình khuyến mãi này chỉ diễn ra trong ngày hôm nay thôi.

     - Vậy thì sau giờ học, chúng ta đi siêu thị.

Ngữ Vựng 詞彙運用

1. Dựa vào nội dung của bài hội thoại, hãy tìm từ (các từ) gần nghĩa nhất để thay thế vào các từ gạch chân（請根據本課會話內容，勾選出與劃線單字相似的詞彙）

1) Có vụ gì vui vui, cho mình đi theo với. Ở lại ký túc xá buồn **_quá trời_**!

   ☐ A. ghê   ☐ C. quá

   ☐ B. thế   ☐ D. cả A/B/C đúng

2) Các Hoa hậu đi làm tình nguyện có cực không **_ha_**?

   ☐ A. vậy   ☐ C. đó

   ☐ B. thế   ☐ D. cả A/B/C đúng

3) Đồng ý **_luôn_**! Mà các Hoa hậu đi làm tình nguyện có cực không ha?

   ☐ A. ngay   ☐ C. nhanh

   ☐ B. liền   ☐ D. cả A và B đúng

4) Mình thấy người nào hay đi làm thiện nguyện đều đẹp **_ra_** và hoàn thiện hơn.

   ☐ A. lên   ☐ C. xuống

   ☐ B. vào   ☐ D. đi

5) Tuần tới, các Hoa hậu Việt Nam sẽ tới từng địa phương để tư vấn và hỗ trợ tìm việc làm cho các chị em nghèo ở vùng cao **_đấy_**.

   ☐ A. đó   ☐ C. chứ

   ☐ B. thôi   ☐ D. vậy

6) Có việc làm thì cuộc sống của phụ nữ mới hạnh phúc một cách trọn vẹn được **_chứ_**.

   ☐ A. nè   ☐ C. ha

   ☐ B. ấy   ☐ D. cả A/B/C đúng

7) Hay là năm sau cậu đăng ký thi Hoa hậu đi, người gì mà **vừa** đẹp **vừa** giỏi.

☐ A. đã ... lại   ☐ C. cũng ... vẫn

☐ B. đã ... vẫn   ☐ D cũng ... còn

8) Thôi ăn **lẹ** lên! Xíu nữa, bạn sẽ mệt đó.

☐ A. ngay   ☐ C. liền

☐ B. nhanh   ☐ D. luôn

2. Hãy sử dụng các từ cho sẵn bên dưới để điền từ vào chỗ trống（請將下列詞彙填入空格）

phong trào	dọn dẹp	cực khổ
trọn vẹn	chu đáo	thu hút

1) Thời chiến tranh Việt Nam, cuộc sống của người dân _____ đủ điều.

2) Tham gia _____ văn nghệ của trường, tôi cảm thấy thật ý nghĩa.

3) Được bà ngoại chăm sóc _____, Thành ngày một lớn khôn.

4) Em ấy đã hoàn thành nhiệm vụ một cách _____, xuất sắc.

5) Việt Nam thực hiện chính sách _____ đầu tư nước ngoài để phát triển kinh tế.

6) Người Việt Nam thường _____ nhà cửa gọn gàng để đón Tết.

Luyện Nghe 聽力練習   ▶MP3-17.3

1. Hãy nghe đoạn văn ngắn sau đây rồi trả lời các câu hỏi（請聆聽音檔並回答下列問題）

1) Đoạn văn nói về chủ đề gì?

2) Họ giúp đỡ những ai?

3) Cái gì đã giúp cho họ dần trưởng thành hơn?

Luyện Viết 寫作練習

1. Hãy dùng cấu trúc "mới ... được" để hoàn thành câu （請用文法結構「**mới ... được**」完成句子）

VD. nỗ lực trong học tập / tiến bộ

→ Vinh cần nỗ lực hơn nữa trong học tập mới tiến bộ được.

1) uống thuốc/ khỏi bệnh

_____

2) học thật chăm chỉ / giỏi

_____

3) sự chăm sóc và yêu thương của gia đình / trưởng thành

_____

4) thời gian / chữa lành vết thương lòng

_____

5) mẹ tôi / làm được món ăn ngon như vậy

_____

6) đến Việt Nam / yêu thêm con người Việt Nam

_____

7) cô ấy / hát bài hát này hay như vậy

_____

8) về nông thôn / được đón tiếp như một vị khách quý

_____

2. Hãy dùng "tiếc là" để nói về sự tiếc nuối hay những lời từ chối lịch sự（請根據情境用「**tiếc là**」表達對某事感到惋惜或禮貌地拒絕）

VD. Ngọc muốn làm người mẫu nhưng cô ấy chỉ cao 1m60. Bạn của Ngọc nói:

→ Bạn quá đẹp, tiếc là hơi thấp để làm người mẫu.

1) Gia đình giới thiệu cho Phương một anh chàng giàu nhưng xấu trai. Phương nói với gia đình:

_____

2) Thủy tìm thấy có một căn hộ cho thuê gần trường học nhưng hơi mắc. Thủy nói với bạn:

_____

3) Chiếc váy trông rất hợp với Mai nhưng mắc quá. Mai nói với bạn:

_____

4) Minh Tuyết đã nỗ lực hết sức mà không giành được học bổng. Mẹ Tuyết nói:

_____

5) Khánh vừa đẹp trai vừa học giỏi, nhưng Khánh tán An mãi mà không được. Khánh nói:

_____

6) Hiếu là một chàng trai tài giỏi nhưng không gặp thời nên làm ăn kinh doanh thua lỗ. Bạn gái của Hiếu nói:

_____

7) Hạnh tình cờ gặp Lĩnh ở sân bay, họ có cùng chuyến bay sang Việt Nam nhưng không ngồi gần nhau. Hạnh nói:

_____

8) Chính phủ có mời cô giáo tham gia một cuộc họp về Tân Di dân nhưng cô ấy rất bận nên không thể tham gia. Sinh viên nói:

_____

3. Dùng cấu trúc "A, thế là B" để hoàn thành các câu sau đây（請用
文法結構「**A, thế là B**」完成下列句子）

1) Tôi chăm chỉ làm bài về nhà môn tiếng Việt, thế là _____

2) Cậu ấy không chăm chỉ học bài, thế là _____

3) Mẹ đi công tác về nhưng quên mua quà cho Thành, thế là _____

4) Ông ấy uống rượu nhiều quá, thế là _____

5) Sinh viên đã học giỏi lại còn ngoan, thế là _____

6) Tôi chọc đùa nó một xíu, thế là _____

7) Tôi rời nhà mà quên mang chìa khóa, thế là _____

8) Cô giáo toàn nói tiếng Việt trong lớp học, thế là _____

**4. Dựa theo mẫu câu và các tình huống cho sẵn, hãy dùng "thôi thì"
để viết câu với hàm ý "tạm thời chấp nhận" một hành động hay sự
việc nào đó**（請根據情境用「**thôi thì**」表達對某事暫時的妥協或接受）

VD. Tuấn vay tiền của ngân hàng để làm ăn nhưng bị thua lỗ. Tuấn nói:

→ Đã đến nước này, thôi thì phải bán nhà để trả nợ.

1) Ngân giấu gia đình chuyện không đi học nhiều ngày nên bây giờ thi
rớt. Ngân nghĩ:

_____

2) Bị mất ví tiền, Kim buồn rầu và lo sợ. Mẹ của Kim an ủi:

_____

3) Phượng nhờ Vân giúp đỡ một việc quan trọng, Vân tuy rất bận nhưng
không thể không giúp Phượng. Vân nói:

_____

4) Bạn rủ Ngọc Anh đi chơi nhưng do có nhiều việc quan trọng cần phải
làm nên Ngọc Anh nói:

_____

5) Thu và Quốc là cặp đôi thanh mai trúc mã, thế mà Quốc lại phản bội Thu để yêu người con gái khác. Thu nói với Quốc:

_____

6) Kim Anh đã cố gắng hết mình mà sếp vẫn không hài lòng với cách làm công việc của cô ấy. Kim Anh than phiền:

_____

7) Thành cứ đòi mua sô-cô-la nhưng mẹ sợ bạn ấy tăng cân nên không mua cho. Thành khóc và nói:

_____

8) Đến thăm một người bạn bị bệnh đang nằm trong bệnh viện. Lâm động viên:

_____

5. Đặt câu với các từ cho sẵn（請用下列詞語造句）

(1) ... luôn; (2) mới ... được; (3) tiếc là; (4) A, thế là B; (5) thôi thì

_____

_____

_____

_____

6. Bài tập đánh máy: Viết về những hoạt động xã hội mà em đã từng tham gia（打字練習：請描述您曾經參加過的社會活動）

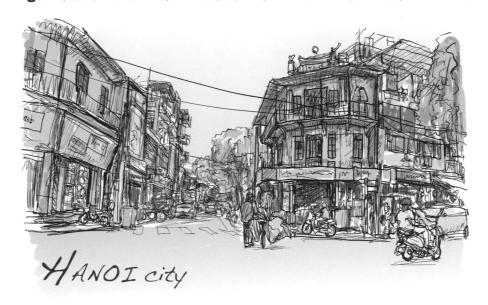

Bài 18

Thời Tiết

天氣

Ý Kiến Cá Nhân 個人意見

1. *Em có cho rằng thời tiết và khí hậu có ảnh hưởng nghiêm trọng tới thể chất và tinh thần của con người hay không? Tại sao?*

2. *Những bệnh nào thường bị ảnh hưởng do thời tiết thay đổi?*

3. *Làm thế nào để phòng tránh bệnh tật khi thời tiết thay đổi?*

Hội Thoại 會話 ▶MP3-18.1

Nguyên: Alo, em nghe đây anh.

Đạt: Bệnh tình *đỡ* chưa, hả Nguyên?

Nguyên: Dạ, em *đỡ* mệt nhiều rồi ạ.

Đạt: Hôm qua, em sốt *phải đến* gần 40 độ cơ. Em như vậy là bình phục khá nhanh đấy.

Nguyên: Hôm qua, em mê man nguyên ngày. Em cũng không biết là anh đến thăm lúc nào nữa.

Đạt: *Thời tiết* này, nhiều người dễ mắc bệnh lắm. Em nên chú ý giữ gìn sức khỏe nha.

Nguyên: Cảm ơn anh đã luôn quan tâm và giúp đỡ em ạ.

Đạt: Khách sáo *thế*, anh em với nhau mà. *Liệu* hôm nay trời có hết mưa *không* ha? Ẩm ướt, khó chịu quá cơ.

Nguyên: Đài báo vẫn mưa suốt ngày, khả năng là chưa hết đâu ạ. Độ ẩm vẫn còn cao lắm, hơn 90 phần trăm cơ.

Đạt: Trời ơi, lâu *thế ư?* Hơn 1 tuần rồi ấy.

Nguyên: Dạ, mai nữa là chục ngày rồi.

Đạt: Cái kiểu *khí hậu* cuối mùa đông sang đầu xuân này đúng là tai hại nhất trong năm, em ha?

Nguyên: Vâng ạ. Em nhớ mọi năm cũng như vậy.

Đạt: Em nên tập thể thao kết hợp với ăn uống đều đặn, sẽ *đỡ* bệnh tật đó.

Nguyên: Em biết, nhưng em mắc bệnh lười ạ. Nếu có ai đó đi tập thể dục cùng thì sẽ chăm hơn.

Đạt: Em qua rủ bé Ngọc, nhà hàng xóm ấy.

Nguyên: Em tưởng nó đi du học rồi mà.

Đạt: Bé Ngọc tốt nghiệp, về nước rồi.

Nguyên: Vậy thì em sẽ xúc tiến liền. Chiều nay em đi đăng ký 1 khóa gym ngay.

Đạt: Vậy nghỉ đi nha. Anh cúp máy đây.

Nguyên: Dạ, bye anh ạ!

Dựa theo nội dung của bài hội thoại, hãy trả lời các câu hỏi sau đây
（請閱讀會話內容並回答問題）

1. Lí do khiến Nguyên bị bệnh?

2. Mưa kéo dài bao lâu rồi?

3. Kiểu khí hậu cuối mùa đông, đầu mùa xuân thường như thế nào?

4. Đạt khuyên Nguyên nên làm gì để có sức khỏe tốt?

Từ Mới 生詞			▶MP3-18.2
sốt	發燒	đều đặn	規律；均衡（飲食）；按時（吃藥）
bình phục	恢復；痊癒	tai hại	禍害；災害
mê man	昏迷；昏睡	xúc tiến	促成；促進；（馬上、正在）展開執行
mắc bệnh	得病	độ ẩm	濕度

Ngữ Pháp 文法

1. đỡ: đặt trước tính từ hoặc những động từ cảm xúc để làm giảm nhẹ, bớt
đi phần nào tính chất, trạng thái của người hay sự vật.
類似中文的「沒那麼……／不那麼……」，用以表達某事得以減少某人或
某物的狀態或特徵。

> đỡ + 形容詞 / 情緒性動詞 (ghét, đau, yêu ...)

例句 ▸
- Dạ, em đỡ mệt nhiều rồi ạ. 是的，我已經不那麼累了。

- Ăn rau thay thịt, cảm thấy đỡ ngán hơn.
  吃蔬菜替代肉感覺比較不膩。

2. phải đến: đặt trước số từ dùng để phỏng đoán về số lượng, kích thước hay
khối lượng của sự vật mà người nói cho là nhiều nhưng không
chắc chắn về số đo.
用於猜測數量或尺寸，表示說話者認為數字龐大但不知其確切數
字。

> phải đến + 數字

例句 ▸
- Hôm qua em sốt phải đến gần 40 độ cơ.
  昨天我發燒應該有到 40 度。

- Phải đến nhiều năm rồi, chúng tôi mới có cơ hội gặp lại
  nhau.
  過了那麼多年，我們才有機會再次見面。

* đến + số từ: cũng có cách dùng gần giống "phải đến" nhưng người nói
chắc chắn hơn về số đo.
用法與「phải đến」相近，但說話者對數字較為確定。

例句 ▸
- Con trai tôi nặng đến 15 kí lô. 我兒子 15 公斤重。

3. liệu ... không: cấu trúc dùng để bày tỏ ý nghi ngờ về khả năng diễn ra của một sự việc hay hành động nào đó.

類似中文的「會……嗎？」、「是否……呢？」，用於懷疑某事是否會發生。

例句 ▶ · Liệu hôm nay trời có hết mưa không nhỉ?　今天會停雨嗎？

· Liệu có đủ tiền để mua hết số thực phẩm này không?

有足夠的錢買所有這些食物嗎？

4. ... thế: dùng để nhấn mạnh một sự ngạc nhiên về cái gì đó ở mức độ cao.

表達說話者的訝異。

> 形容詞 / 情緒性動詞 (ghét, đau, yêu ...) + thế

例句 ▶ · Ôi, khó chịu thế!　啊！好難受啊！

· Sao hôm nay em đến sớm thế?　你今天怎麼那麼早到？

· Ghét thế! Nó nói đến mà không đến.

好討厭喔！他說了會來卻不來。

Luyện Nói 口說練習

1. **Thực hành nói theo mẫu, hãy dùng cấu trúc "liệu ... không" để đặt câu hỏi**（請根據範例用文法結構「**liệu ... không**」造問句並進行口說練習）

VD. _____?

Em ấy chỉ buồn một xíu thôi, không giận đâu.

→ Liệu em ấy có giận tôi không?

Em ấy chỉ buồn một xíu thôi, không giận đâu.

1) _____?

Tối qua, mình có nghe dự báo thời tiết rồi. Trời không mưa đâu.

2) _____?

Yên tâm đi. Cô giáo rất tin tưởng và quý các em mà.

3) _____?

Bài thi cuối kỳ không khó đâu. Nội dung thi đều có trong bài học.

4) _____?

Em cứ đi thử xem, nếu không vừa thì lấy giày khác.

5) _____?

Bão qua rồi mà. Ngày mai tàu cao tốc sẽ hoạt động trở lại, bạn có thể về Cao Hùng nghỉ lễ với gia đình rồi.

6) _____?

Còn mở cửa chứ, 7-Eleven mở cửa cả ngày lẫn đêm mà.

7) _____?

Em trai học rất giỏi nên chắc chắn sẽ thi đỗ vào Đại học Chính Trị.

8) _____?

Cô ấy là người có trách nhiệm, hứa là sẽ đến.

Ngữ Vựng 詞彙運用

1. Dựa vào nội dung của bài hội thoại, hãy tìm từ (các từ) gần nghĩa nhất để thay thế vào các từ gạch chân（請根據本課會話內容，勾選出與劃線單字相似的詞彙）

1) Em như vậy là bình phục khá nhanh **_đấy_**.

   ☐ A. đó   ☐ C. vậy

   ☐ B. thôi   ☐ D. đi

2) **_Liệu_** hôm nay trời có hết mưa không nhỉ?

   ☐ A. chẳng biết   ☐ C. không biết

   ☐ B. chả biết   ☐ D. cả A/B/C đúng

3) Hôm nay, đài báo vẫn mưa **_suốt_** ngày, khả năng là chưa hết đâu ạ.

   ☐ A. khắp   ☐ C. toàn bộ

   ☐ B. cả   ☐ D. tất cả

4) Độ ẩm vẫn còn cao lắm, hơn 90% **_cơ_**.

   ☐ A. đấy   ☐ C. kia

   ☐ B. đó   ☐ D. cả A/B/C đúng

5) Trời ơi, lâu thế **_ư_**? Hơn 1 tuần rồi ấy nhỉ.

   ☐ A. không   ☐ C. à

   ☐ B. đó   ☐ D. chưa

6) **_Vậy thì_** em sẽ xúc tiến liền. Chiều nay em đi đăng ký 1 khóa gym ngay.

   ☐ A. thế thì   ☐ C. vậy còn

   ☐ B. thế còn   ☐ D. vậy là

Luyện Nghe 聽力練習　▶MP3-18.3

1. Hãy nghe đoạn hội thoại và lựa chọn đáp án đúng nhất（請聆聽音
檔並勾選出最符合的答案）

1)

☐ A. hậu quả của tình trạng nắng nóng kéo dài

☐ B. nắng nóng làm ảnh hưởng tới con người

☐ C. nắng nóng làm ảnh hưởng tới sản xuất

☐ D. con người thấy sợ vì nắng nóng

2)

☐ A. lượng mưa rất thấp so với trung bình hàng tháng

☐ B. lượng mưa rất nhiều so với trung bình hàng tháng

☐ C. lượng mưa tháng này bằng nửa tháng trước

☐ D. lượng mưa tháng trước bằng nửa tháng này

Luyện Viết 寫作練習

1. Theo mẫu, dùng cấu trúc "đỡ + tính từ/ động từ cảm xúc" để biến đổi các câu sau sao cho phù hợp với ngữ cảnh. （請根據範例用文法結構「**đỡ +** 形容詞 / 情緒性動詞」改寫下列句子以符合語境）

VD. Ngày xưa cô ấy xấu lắm. Bây giờ trông đẹp hơn rồi.

→ Bây giờ cô ấy đỡ xấu hơn ngày xưa rồi.

1) Đi chơi với các bạn trong lớp, Dung cảm thấy vui hơn một chút.

   _____

2) Anh ấy bị thương nên rất đau. Sau hơn 1 tuần điều trị thì bình phục hơn nhiều rồi.

   _____

3) Vé máy bay ngày Tết từ Đài Loan đi Việt Nam là hơn 10 ngàn Đài tệ. Vé ngày thường là dưới 10 ngàn Đài tệ.

   _____

4) Đầu tuần trời rất lạnh. Cuối tuần trời trở nên ấm áp hơn.

   _____

5) Sau khi tan học, tôi ăn những 3 bát cơm nên không đói nữa.

   _____

6) Từ khi đổi buổi học từ sáng sang chiều, chúng tôi đi học đúng giờ hơn.

   _____

7) Học tiếng Việt lúc đầu thấy khó. Bây giờ, chúng tôi thấy dễ và yêu thích học tiếng Việt hơn.

   _____

8) Mới quen thấy cô ấy khó tính, quen lâu thấy cô ấy dễ thương và nhiệt tình.

   _____

2. Thêm "đến" hoặc "phải đến" vào những câu sau đây（在下列各句中加入「**đến**」或「**phải đến**」）

1) Cô giáo chúng tôi trên 30 tuổi nhưng trông rất trẻ.

_____

2) Đại học Chính Trị có trên 10 viện và nhiều khoa.

_____

3) Ca sĩ Hồ Ngọc Hà có trên 500 bộ quần áo và 100 đôi giày.

_____

4) Đỉnh núi cao nhất Việt Nam Phan Xi Păng cao 3.143 mét.

_____

5) Đảo Bành Hồ rộng 141.1 km2, là một trong những địa điểm du lịch nổi tiếng ở Đài Loan.

_____

6) Thành xách nổi chai nước trên 5 lít ấy. Các bạn không tin ư?

_____

7) Hôm nay trời nóng 40 độ. Chúng ta đi bơi cho mát thôi.

_____

8) Các em học tiếng Việt chưa đầy một năm ư? Mà sao nói tiếng Việt lưu loát thế nè, tự hào quá!

_____

3. Đặt câu với các từ cho sẵn sau đây（請用下列詞語造句）

(1) đỡ + tính từ; (2) ... ư; (3) phải đến + con số; (4) đến + con số;

(5) liệu ... không; (6) ... thế; (7) thời tiết; (8) khí hậu

_____

_____

_____

_____

_____

_____

_____

_____

_____

4. **Bài tập đánh máy: Hãy viết một đoạn văn ngắn để trình bày sự khác biệt về khí hậu giữa hai miền Bắc Nam của Đài Loan**（打字練習：請寫一則短文描述臺灣南北氣候的差異）

Đà Nẵng

國家圖書館出版品預行編目資料

初級越南語會話 / 黎氏仁編著
-- 初版 -- 臺北市：瑞蘭國際, 2021.11
224面；21 × 29.7公分 --（外語學習系列；98）
ISBN：978-986-5560-40-9（平裝）
1.越南語 2.會話

803.7988　　　　　　　　　　　　　110015960

外語學習系列 98
初級越南語會話

編著者｜黎氏仁
責任編輯｜潘治婷、王愿琦
校對｜黎氏仁、賴曉柔、吳家丞、潘治婷、王愿琦

越南語錄音｜黎氏仁、阮英中（Nguyễn Anh Trung）、杜杏兒（Đỗ Hạnh Nhi）、
　　　　　　葉昌榮（Gịp Xương Vinh）、葉可彤（Nguyễn Ngọc Thảo Trang）
錄音室｜采漾錄音製作有限公司
封面設計、版型設計｜劉麗雪
內文排版｜陳如琪

瑞蘭國際出版
董事長｜張暖彗・社長兼總編輯｜王愿琦
編輯部
副總編輯｜葉仲芸・副主編｜潘治婷・副主編｜鄧元婷
設計部主任｜陳如琪
業務部
副理｜楊米琪・組長｜林湲洵・組長｜張毓庭

出版社｜瑞蘭國際有限公司・地址｜台北市大安區安和路一段104號7樓之一
電話｜(02)2700-4625・傳真｜(02)2700-4622・訂購專線｜(02)2700-4625
劃撥帳號｜19914152 瑞蘭國際有限公司
瑞蘭國際網路書城｜www.genki-japan.com.tw

法律顧問｜海灣國際法律事務所　呂錦峯律師

總經銷｜聯合發行股份有限公司・電話｜(02)2917-8022、2917-8042
傳真｜(02)2915-6275、2915-7212・印刷｜科億印刷股份有限公司
出版日期｜2021年11月初版1刷・定價｜480元・ISBN｜978-986-5560-40-9